पहिली लाट

वि. स. खांडेकर

AA000762

मेहता पब्लिशिंग हाऊस

PAHILI LAAT by V. S. KHANDEKAR

पहिली लाट : वि. स. खांडेकर / कथासंग्रह

© सुरक्षित

मराठी पुस्तक प्रकाशनाचे हक्क मेहता पब्लिशिंग हाऊस, पुणे.

प्रकाशक : सुनील अनिल मेहता, मेहता पब्लिशिंग हाऊस,
१९४१, सदाशिव पेठ, माडीवाले कॉलनी, पुणे – ४११०३०.

मुखपृष्ठ : मेहता पब्लिशिंग हाऊस

प्रकाशनकाल : तृतीयावृत्ती : जानेवारी, १९९७ / डिसेंबर, २००६ /
पुनर्मुद्रण : एप्रिल, २०१५

P Book ISBN 9788171616404
E Book ISBN 9788184987096
E Books available on : play.google.com/store/books
www.amazon.in/b?node=15513892031

दक्षिण कोकणातले आदर्श समाजसेवक -
कै. आबासाहेब देसाई
(कृ. सी. देसाई)
व
आप्पासाहेब पटवर्धन
(सी. पु. पटवर्धन)
यांस

तुषार

१९३० साली 'नवमल्लिका' हा माझा पहिला कथासंग्रह प्रसिद्ध झाला. येत्या दहा वर्षांत आपले आणखी दोन-तीन तरी कथासंग्रह प्रसिद्ध झाले पाहिजेत, असे मनोराज्य त्यावेळी मी करीत होतो. त्यामुळे आज हा चौदावा कथासंग्रह रसिकांना सादर करताना आपण स्वप्नात तर नाही ना, अशी शंका माझ्या मनात क्षणभर डोकावल्यावाचून राहत नाही. म्हणींमध्ये 'आंधळा मागतो एक डोळा नि देव देतो दोन' हा चमत्कार नेहमीच दृष्टीला पडतो. पण व्यवहारात आंधळ्याला तीन डोळे देण्याचीही देवाला कधी-कधी लहर येते, असे माझ्या अनुभवावरून मला वाटते.

मात्र पुराणांतरी शंकराचा तिसरा डोळा वंद्य मानला गेला असला, तरी सत्यसृष्टीत एखाद्या मनुष्याच्या कपाळावर तिसरा डोळा उगवलेला दिसला तर लगेच त्याची 'भयंकर प्राण्यात' गणना झाल्याशिवाय राहणार नाही. वाघसिंहांना रिंगणात खेळविणारा सर्कसवालासुद्धा असल्या मनुष्याकडे पाहून पोबारा करील!

अलीकडे वर्षाकाठी माझे दोन-तीन संग्रह प्रसिद्ध होऊ लागल्यामुळे आणि दहा वर्षांत चौदा संग्रह प्रसिद्ध करण्याची संधी मला वाचकांच्या रसिकतेने दिल्यामुळे दहापाच ओळींत कुठल्याही पुस्तकाचा प्रामाणिक परामर्श घेणारे काही झटपट टीकाकार माझ्या कथालेखनाविषयी लिहिताना वरील सर्कसवाल्याची साशंक वृत्ती प्रकट करू लागले आहेत. त्यांच्या समाधानासाठी व हा संग्रह आवडीने चाळणाऱ्या वाचकांसाठी मी ही छोटी कैफियत सादर करीत आहे.

* * *

या टीकाकारांना नेहमी एक रुखरुख लागलेली दिसते- विपुल लिहिणाऱ्या लेखकाचे सारे लेखन चांगले होणे कसे शक्य आहे? कलाकृतींची विपुलता कलाकाराच्या प्रतिभादारिद्र्याची दर्शक असते असा या चिंतातुर सज्जनांनी आपल्या

मनाशी ठाम सिद्धान्तच बांधून ठेवलेला असतो. वरेरकर, फडके, खांडेकर प्रभृति लेखक विपुल लेखन करू लागल्यामुळे त्यांचे लिखाण हिणकस होत चालले आहे अशी हाकाटी केली नाही, तर आपला मार्मिकपणा लोकांच्या डोळ्यांत भरणार नाही असेच त्यांना वाटत असावे! जणू काही एखाद्या लेखकाने वर्षाकाठी दोनचार गोष्टी लिहिल्या, तर त्याच्या लेखनात चार-दोन माणसांकरिता केलेल्या कुटुंबातल्या अन्नाची चव असते आणि तो वर्षाकाठी वीस-पंचवीस गोष्टी लिहू लागला, की त्याच्या लेखणीत खाणावळीतल्या अन्नाचा नीरसपणा निर्माण होतो! लेखकाला आपली प्रत्येक कृती आपल्या अपत्यासारखी वाटत असते या गोष्टीचा फायदा घेऊन हे टीकाकार उद्या मोठ्या गंभीरपणाने म्हणू लागतील, 'घरात वर्षाचा पाळणा सुरू झाला की, पुढली पुढली मुले अशक्त होतात हा अनुभव कुणाला नाही? विपुल लेखनालाही हाच नियम लागू आहे!'

या आक्षेपकांना प्रथमच एक प्रश्न विचारावासा वाटतो- वरेरकर, फडके, खांडेकर खरोखरच विपुल लेखन करीत आहेत काय? हा प्रश्न प्रत्यक्ष त्या लेखकांनाच केला तर ते उत्तर देतील, 'आमच्या मनात खूप खूप लिहायचंय! पण सुचतं तेवढं सारं लिहायला- मनासारखं लिहायला- आम्हा मराठी लेखकांना स्वास्थ्य आहे कुठं? वेल्सच्या लिहिण्याच्या खोलीत तीन-चार टेबलांवर तीन-चार नवीन ग्रंथांची हस्तलिखिते पडलेली असतात आणि लेखकमहाशयांची स्वारी लहर लागेल त्याप्रमाणे या किंवा त्या पुस्तकाचे लिखाण दररोज पाच-सहा तास करीत असते, हे वाचताना एक अद्भुतरम्य चित्र तुमच्या डोळ्यांपुढे उभे राहते ना? हा चमत्कार आम्हीसुद्धा करून दाखवू. पण...'

लेखकांच्या मनोराज्यांच्या आड येणारा हा पणच टीकाकारांच्या टीकेपेक्षा अधिक खरा आहे. फडक्यांनी 'कुलाब्याची दांडी' १९२३ साली लिहिली. तेव्हापासून गेल्या सतरा वर्षांत अवघ्या बारा कादंबऱ्या त्यांनी मराठी रसिकांना दिल्या. प्रतिभेच्या ऐन बहरात एका प्रमुख व लोकप्रिय कादंबरीकाराने इंग्लंड-अमेरिकेत एवढेच वाङ्मय निर्माण केले असते असे कोण म्हणेल? तिकडे लिंड आणि ल्यूकस यांनी वर्षानुवर्षे आठवड्याला लघुनिबंध लिहून अनेक संग्रह प्रसिद्ध केले असताना काणेकरांचे मात्र अवघे तीन छोटे लघुनिबंधसंग्रह असावेत हे विपुलतेचेच लक्षण का? वुडहाऊसच्या मानाने अत्र्यांचे लिखाण म्हणजे हिमाद्रीपुढे सह्याद्री! माडखोलकरांच्या हातून एव्हाना चांगला हजार-पाचशे पृष्ठांचा मराठी वाङ्मयाचा इतिहास निर्माण व्हायला पाहिजे होता! आणि चेकाव्ह, मोपाँसा, ओ. हेन्री प्रभृतींच्या गोष्टींची संख्या पाहिली तर खांडेकर, य. गो. जोशी, कृष्णाबाई व लक्ष्मणराव सरदेसाई यांची कथानिर्मिती अद्यापि रोडकी आहे असाच रसिक वाचकवृंद

निर्णय देईल.

'लांडगा आला रे आला' अशी खोटी हाकाटी करणाऱ्या इसापनीतीतल्या पोरापुढे एके दिवशी जसा खरा लांडगा दत्त म्हणून उभा राहिला, त्याप्रमाणे विपुल वाङ्मयाची तक्रार करणाऱ्या या टीकाकारांपुढे वर्षाकाठी चार-पाच कादंबऱ्या आणि पाच-पन्नास गोष्टी लिहिणारे दहा-बारा लेखक उभे राहिले तर त्यांची काय तिरपीट उडेल, याची कल्पनाही करवत नाही! मी मात्र त्या सर्व लेखकांचे मोठ्या आनंदाने स्वागत करीन.

* * *

गुण आणि संख्या यांचे नेहमी व्यस्त प्रमाण असते या समजुतीनेच कित्येक टीकाकार विपुल लेखनाविरुद्ध आपले मत बनवून घेत असावेत! पण ते गृहीत धरतात तो सिद्धान्त कलेच्या प्रांतात कितपत सत्य आहे? एखाद्या जमिनीतून सतत पिके काढीत गेले तर निकस होते हे खरे! पण एकीकडे पिके घेत असताना दुसरीकडे जमिनीला भरपूर खत मिळावे अशी व्यवस्था करणे अशक्य असते काय? विपुल लेखन करणाऱ्या प्रतिभावान लेखकापाशी हे शेतकऱ्याचे शहाणपण असतेच असते! वाचन, प्रवास, जीवन इत्यादिकांतून आपल्या प्रतिभेचे पोषण कसे करावे हे त्याला आपल्या आक्षेपकांपेक्षा अधिक चांगले समजते.

आणि निर्मिती कमी केल्याने का कलाकृतीतले गुण वाढत असतात? ग्रे कवीने वर्षानुवर्षे परिश्रम करून सुप्रसिद्ध 'स्मशानगीता'ची रचना केली; पण त्या गीताइतक्याच सुंदर कविता विपुल लेखन करणाऱ्या शेलेबायरननी एकेका दिवसात किंबहुना चार-चार घटकांत लिहिल्या आहेत, आजचे कवी लिहीत आहेत. कलाकृतींच्या निर्मितीत घिसाडघाई उपयोगी नाही हे कुणीही कबूल करील. पण याचा अर्थ दिरंगाईने ती अधिक सुंदर होते असा मुळीच नाही. कलाकाराच्या व्यक्तिमत्तेतून (Personality) कलाकृतीची निर्मिती होत असते. ती व्यक्तिमत्ता जोपर्यंत सजीव आणि विकासशील आहे, तोपर्यंत तिने निर्माण केलेल्या कृतीत सौंदर्य व सजीवता यांचा आढळ झालाच पाहिजे. विपुल लेखनामुळे लेखकाला परिष्करणाला अवसर मिळणार नाही, लहानसहान दोष नाहीसे केल्यामुळे कलाकृतीला येणारी सफाई त्याच्या कृतीत आढळणार नाही; पण त्याचे आत्मीय कलागुण त्याच्या निर्मितीत प्रतिबिंबित झाल्यावाचून राहतील का?

* * *

विपुल लेखनामुळे एखादे वेळी तोचतोपणा येऊन लिखाण नीरस होत असेल. पण अखंड लेखनामुळे लेखकाच्या भाषेला अकृत्रिम सौंदर्याची प्राप्ती होते.

एवढेच नव्हे, तर विचार आणि कल्पना यांच्यात नावीन्य आणण्याची महत्त्वाकांक्षाही त्याच्या मनात उत्पन्न होते! कवितालेखनाला खंड पडल्यामुळे बालकवीसारख्या प्रतिभाशाली कवीची स्थिती किती केविलवाणी होत आहे हे त्यांच्या पत्रातल्या खालील उद्‌गारांवरून दिसून येईल.

माझी एकही कविता नाही. मी आता क विच राहिलो नाही! असो! काय उपाय?

कविता मात्र (रजनीमातेचे आवाहन ही) अभ्यास मोडल्यामुळे बोजड झाली आहे.

अभ्यास या शब्दाचा शाळेच्या चिमण्या जगाबाहेरच्या कुठल्याही गोष्टीशी संबंध नाही असे मानण्याचा आपल्याकडे प्रघात आहे. पण कलेच्या जादूच्या जगात प्रवेश करणाराचा 'अभ्यास' हाच परवल आहे. परवा 'माणूस' बोलपट पाहिल्यानंतर 'सिंहगड' बोलपट पाहण्याचा योग मला आला. या दोन्ही बोलपटांचे दिग्दर्शक शांतारामच आहेत. पण दोन्हीच्या दिग्दर्शनगुणात मात्र विलक्षण अंतर आहे. परदेशी बोलपटाला शोभून दिसेल असे दिग्दर्शन करण्याइतकी शांतारामांच्या कलागुणात अवघ्या सहा वर्षांत कशामुळे प्रगती झाली? उत्तर एकच येईल- 'अभ्यास'- मध्यंतरीचे अनेक बोलपट काढताना कलावंताच्या प्रतिभेने केलेला अभ्यास.

* * *

विपुल लेखनामुळे लेखकाच्या लिखाणात तोचतोपणा येऊ लागतो हा आक्षेप थोडासा खरा आहे. पण तसे पाहिले तर तोचतोपणा कुणा लेखकात नाही? हार्डीसारखा इंग्रजी भाषेतला अव्वल दर्जाचा कादंबरीकार घ्या किंवा रवींद्रांसारखा नोबेल प्राइझ मिळविणारा हिंदी कवी घ्या. हार्डीच्या कादंबऱ्या आपण क्रमाने वाचू लागलो तर त्याच्या कितीतरी क्लृप्त्या, कितीतरी प्रसंग, किंबहुना किती तरी भावना पुनरुक्त वाटू लागतात. त्याच्या सुंदर सृष्टिवर्णनातसुद्धा पुढे पुढे तोचतोपणा (Monotony) आहे असा भास होतो. टागोरांच्या कल्पकतेचीही तीच स्थिती आहे. Gardener मधली एखादी कविता वाचली तर तिचे सौंदर्य आपल्याला मोहिनी घालते. पण सर्व कविता आपण एका दमात वाचू लागलो तर सौंदर्यग्रहणाच्या बाबतीत आपल्या बुद्धीला एक प्रकारची बधिरता येते. भुकेपोटी कोंड्याची भाकरी गोड लागावी आणि भरल्या पोटी श्रीखंडाचा वीट यावा हे मनुष्यस्वभावाला धरूनच आहे. पण यात बिचाऱ्या श्रीखंडाचा काय दोष आहे? विपुल वाङ्‌मय लिहिणाराची लहानसहान लकबसुद्धा वाचकांना इतकी परिचित झालेली असते, की त्याचे नवे लिखाण गोड असूनही विलक्षण नावीन्याच्या अभावी रसिकांना ते किंचित सपक वाटते.

* * *

पण संपूर्ण नावीन्य ही वाचकांच्या दृष्टीने जेवढी इष्ट तेवढीच लेखकाच्या दृष्टीने अतिशय अवघड अशी गोष्ट आहे. लेखकाची व्यक्तिमत्ता ही काही पातळांची फॅशन नव्हे की, ती वर्षसहा महिन्यांत सहज बदलू शकेल. आनुवंशिक संस्कार, बालपणीचे अनुभव, शिक्षणाने निर्माण केलेली ध्येये, विविध वाचनाचे अंतर्मनावर झालेले परिणाम, परिस्थितीचे पडसाद इत्यादिकांच्या मिश्रणामुळे लेखकाच्या प्रतिभेला एक विशिष्ट स्वरूप प्राप्त झालेले असते. त्याच्या आवडीनिवडी, त्याच्या आशा-आकांक्षा, त्याच्या भावभावना, त्याचे सामाजिक तत्त्वज्ञान, त्याचा जीवनविषयक दृष्टिकोन या साऱ्या गोष्टींनी त्याची व्यक्तिमत्ता सजीव झालेली असते. ही व्यक्तिमत्ता मेणासारखी मऊ नसते; तर लोखंडासारखी कठीण असते. लोखंड अतिशय तापविल्यावाचून जसे वितळविता येत नाही, त्याप्रमाणे अत्यंत मोठ्या व प्रक्षोभक अशा अनुभवांखेरीज लेखकाच्या व्यक्तिमत्तेतही क्रांतिकारक बदल घडून येत नाही. त्यामुळे लेखक विकासशील असला तरीही त्याच्या सर्व लिखाणावर एक प्रकारच्या सारखेपणाची छाया पसरलेली दिसते. या सारखेपणाबद्दल पदोपदी तक्रार करणे म्हणजे कलेच्या निर्मितीबद्दल व कलाकाराच्या व्यक्तिमत्तेबद्दल अज्ञान व्यक्त करण्यासारखे आहे. वामनरावांच्या कादंबऱ्यांतली पत्रे चिंतनशील नसली तरच नवल! फडक्यांच्या सृष्टीतील नायकनायिका प्रणयव्याकूल अथवा विरहविव्हल झाल्या नाहीत तरच आपल्याला आश्चर्य वाटेल! उद्या वरेरकरांनी एखादी 'सिंधु' निर्माण केली, तर रसिकांना ती त्यांची दत्तक मुलगी वाटण्याचाच अधिक संभव आहे. कालिदास, भवभूति आणि शूद्रक किंवा शॉ, गॅल्सवर्दी व मॉम यांच्या मर्यादा लक्षात घेऊन आपण त्यांच्या कलाकृतींचा रसास्वाद घेऊ शकतोच की नाही? मग काळ व स्थळ या दोन्ही दृष्टींनी आपल्याला निकट असलेल्या लेखकांच्या बाबतीतच अधिक काटेकोर वृत्ती वापरणे हे निष्ठुरपणाचे नसले तरी अरसिकपणाचे लक्षण नाही का ठरणार?

* * *

'चौदावा कथासंग्रह' यातील चौदावा या शब्दाकडे पाहून या संग्रहाविषयी अभिप्राय देऊ इच्छिणारांना लेखकाची बाजू थोडीशी कळावी या दृष्टीने एवढा विस्तार केला. पण या संग्रहाला 'पहिली लाट' हे नाव देण्याचे कारण विनयाचे निष्कारण प्रदर्शन हे नाही किंवा यात 'पहिली लाट' या नावाची एक गोष्ट आहे हेही नाही. कथालेखक या दृष्टीने माझी अजून किती प्रगती व्हायची आहे, याची मला पूर्ण जाणीव आहे. भरती पूर्ण झाली की, समुद्राच्या वाळवंटाला जी शोभा येते, ती या संग्रहात आढळणार नाही हे मला पूर्णपणे ठाऊक असल्यामुळेच मी त्याचे 'पहिली लाट' असे नामकरण केले. पहिले चुंबन, पहिले फूल, पहिले मूल

इत्यादिकांना अधिक गोडी असते म्हणतात! 'पहिल्या लाटे'तही ती वाचकांना आढळली तर मला आनंदच वाटेल.

माझ्या इतर संग्रहांप्रमाणे या संग्रहातही मी विषय आणि तंत्र या दोन्ही दृष्टींनी शक्य तितक्या विविध गोष्टी समाविष्ट करण्याचा प्रयत्न केला आहे. या सर्व गोष्टी सर्वांना आवडतील असे मला मुळीच वाटत नाही. किंबहुना आपल्या सर्व गोष्टी सर्वांना आवडू नयेत असेच मला वाटते. कारण लेखकाप्रमाणे वाचकालाही व्यक्तिमत्ता असते. अर्थात या व्यक्तिमत्तेला आवाहन देणाऱ्या कथा त्याला आवडाव्यात हे स्वाभाविकच आहे. संग्रहातील प्रत्येक गोष्ट कुणा ना कुणा वाचकाला आवडली, की ती लिहिण्याचे श्रेय लेखकाला मिळाले असे मी समजतो.

तथापि कित्येक गोष्टींची स्थिती काही काही चित्रांसारखी असते. वर वर पाहणाऱ्याला त्यात विशेष आकर्षक असे काहीच दिसत नाही. पण 'प्रणयिनीचा मनोभंग' या चित्रातील सौंदर्य शिवरामपंत परांजप्यांच्या कलमाने जसे प्रकट करून दाखविले, त्याप्रमाणे कित्येक कथांचे अस्फुट सौंदर्य कुणीतरी वाचकांच्या नजरेला आणण्याची जरुरी असते. 'खोल, खोल' सारख्या गोष्टी काही लोकांना अर्थहीन किंवा नीरस वाटण्याचा संभव आहे. त्या तशा नाहीत असे मला वाटते. लघुकथा ही कादंबरीपेक्षा काव्याला अधिक जवळ आहे हे ज्यांना मान्य असेल, त्यांना या कथा कळायला अथवा आवडायला हरकत नाही; पण चमत्कृतिजनक घटना किंवा वैचित्र्यपूर्ण प्रसंग हा आपल्याकडे अद्यापि लघुकथेचा आत्मा मानला जातो. त्यामुळे ज्या गोष्टीत उत्कंठावर्धक कथानक स्पष्टपणे दिसत नाही, ती सर्वसामान्य वाचकवर्गाला बहुधा आवडत नाही.

मराठी लघुकथेची प्रगती मुंगीच्या पावलांनी होत आहे याचे कारण शोधायला दूर जायला नको. बहुतेक कथालेखक मध्यमवर्गातले. घरातल्या एखाद्या कोपऱ्यात बसून त्यांना आपला वाङ्मयसंसार थाटावा लागतो. ते जे जीवन पाहतात त्यात मानसिक संघर्ष अधिक. चमत्कृतिजनक घटना फार थोड्या. पण केवळ घटकाभर करमणुकीसाठी गोष्टी वाचणाऱ्या त्यांच्या वाचकवर्गाला मनातील सूक्ष्म आंदोलने पाहण्याची सहसा इच्छा होत नाही. काहीतरी धक्का देणारे, डोळे दिपविणारे, खोखो करून हसविणारे किंवा वरवर रडविणारे त्याला अधिक आवडते. आपण वाचतो ते किती खोटे आहे, किती कृत्रिम आहे, जीवनातील अनुभवांशी किती विसंगत आहे याचा विचार करीत बसायला आमच्या वाचकांना बहुधा वेळ नसतो आणि ज्यांना तो असतो, त्यांना विचार करण्याची इच्छाच नसते!

* * *

'कुंडीतली फुलझाडे' ही या संग्रहातील गोष्ट प्रसिद्ध झाली, तेव्हा अनेकांना ती कशीशीच वाटली. गोष्टीचा काल युरोपातील दुसरे महायुद्ध सुरू झाल्याचा! नायिकेचा पती परदेशी गेला आहे अशी परिस्थिती! अर्थात तो परत येत असताना त्याची आगबोट बुडविली जावी, इकडे तो नाहीसा झाला म्हणून पत्नीने प्राण डोळ्यांत आणावे आणि ती दुःखाने आत्महत्या करणार, अशावेळी आकस्मिक रीतीने जीव बचावून आलेला तिचा नवरा घरी परत यावा, असे काहीतरी गोष्टीतले कथानक असायला हवे होते अशी या गोष्टीच्या आक्षेपकांची अपेक्षा असावी! पण लेखकाने गोष्टीत तसली काहीच गडबड उडवून दिली नाही हे पाहून त्यांचा विरस झाला. महायुद्धाच्या पार्श्वभूमीवर आपल्या मध्यमवर्गातील स्त्रीचे दुबळे मन चित्रित करणे हा त्या गोष्टीचा आत्मा आहे, इकडे अनेकांचे लक्षच गेले नाही. कथेचे सूचक नाव, दाढदुखीच्या प्रसंगाने व्यक्त केलेला नायिकेच्या मनाचा दुबळेपणा इत्यादी गोष्टी मामुली स्वरूपाच्या मानण्याकडे वाचकांचा जो कल झाला, त्याला गोष्ट म्हणजे एखाद्या अद्‌भुत, कल्पनासुंदर किंवा चमत्कृतिजनक घटनेचे चित्रण ही प्रचलित कल्पनाच मुख्यतः कारणीभूत आहे.

ही कल्पना सर्वस्वी चुकीची आहे असे कुणीच म्हणणार नाही. पण कथानक (Plot) हाच गोष्टीचा आत्मा असला पाहिजे हा जुना दंडक मात्र मराठी कथावाङ्मयाच्या पुढील विकासाला बाधक झाल्यावाचून राहणार नाही. मानसिक द्वंद्वे, वायुलहरीवरून येणाऱ्या मंद सुगंधाप्रमाणे मनाला क्षणमात्र फुलवून जाणाऱ्या भावनांच्या छटा, दैनंदिन जीवनातील विचारांचे व विकारांचे बहुविध तरंग हे सर्व लघुकथांचे विषय होऊ शकतात. विविध रंग भरल्यामुळेच चित्रे मोहक होतात असे नाही. कित्येकदा नखचित्रेसुद्धा अत्यंत सुंदर असतात. कॅरेन हिल हे नाव आपल्याला ऐकूनसुद्धा ठाऊक नाही. पण At Evening या नावाची या लेखकाची लघुकथा पाहा. गोष्ट पुरी हजार शब्दांचीसुद्धा नाही. तिच्यात तत्त्व नाही, प्रचार नाही, काही नाही. रात्र पडल्यावर एक गृहिणी बाहेरून घरी परत येते. तिची मुले झोपी गेली आहेत, स्वतःच्या खोलीत नवराही निद्राधीन झाला आहे, कोणीच जागे नाही. घरी- आपल्या जगात- परत आल्याचा आनंद आणि निःशब्द घरात उत्पन्न होणारी एकलेपणाची हुरहुर यांच्या मिश्रणाने तिच्या मनाची जी चमत्कारिक स्थिती होते, तीच या गोष्टीचा आत्मा आहे. तिचा नवरा आणि मुले जागी होतात तेव्हाच्या वर्णनाची चित्रे तर वाचक कधीही विसरणार नाही अशी रेखीव आहेत.

मराठी लेखकांनी कथेच्या असल्या नव्या नव्या क्षेत्रात पदार्पण करण्याची वेळ आली आहे असे वाचकांच्याही मनात आल्यावाचून राहणार नाही.

या संग्रहातील गोष्टींविषयी अधिक काही सांगण्याची आवश्यकता आहे असे

मला वाटत नाही. माझ्या लेखनातील सर्व गुणदोष त्यांच्यात प्रतिबिंबित झाले आहेत. काही सांगायचेच तर बेट्सच्या शब्दांत वाचकांना मी एवढेच म्हणेन, 'They (the readers) are not asked to accept a philosophy, a point of view, a creed, a moral, a sermon on good or evil. The best, I can hope, is that they will read these stories with something of the spirit in which they were written; for pleasure, and out of a passionate interest in human lives.'

राजारामपुरी
कोल्हापूर **वि. स. खांडेकर**
९-५-१९४०

अनुक्रमणिका

पहिली लाट

"ए चालु, खाऊन घे, पोटभल खाऊन घे." तोंडात बटाटेवडा कोंबलेला असल्यामुळे माधवच्या शब्दांना आपोआपच थोडासा बोबडेपणा आला होता! अर्थात त्याच्या अपेक्षेपेक्षाही जमलेल्या मंडळींत अधिक हशा उत्पन्न झाला. आपल्या विनोद निर्माण करण्याच्या शक्तीविषयी आत्मविश्वास उत्पन्न झाल्यामुळेच की काय, तोंड थोडेसे मोकळे होताच तो म्हणाला, "मित्रा चारुदत्ता, इंग्लंडमध्ये बटाटेवडा नाही आणि मृदुलाही नाही. तेव्हा खूप खूप बटाटेवडे खाऊन घे आणि मृदुलेकडे तासन् तास टक लावून पाहत बैस."

माधवच्या या भाषणाने चारुदत्त एरवी हसला नसता; पण लहान मुलाप्रमाणे प्रणयी मनालाही गुदगुल्या करून घेण्याची इच्छा असते हेच खरे!

चारुदत्त हसला म्हणूनच मृदुलाही हसली. नाहीतर पोक्तपणाचा आव आणण्यात ती एखाद्या आजीबाईलाही हार गेली नसती!

रिकाम्या डोक्याप्रमाणे भरलेल्या पोटालाही नाही नाही ते चाळे सुचतात. माधवच्या बोलण्याने उत्पन्न झालेला हशा शांत होतो न होतो तोच चारुदत्ताचा दुसरा दोस्त मधुकर म्हणाला,

"अहो, मालतीमाधव-"

मृदुलेच्या पलीकडे बसलेली मालती लाजली. हशाला जरूर तो वेळ देऊन मग आपले भाषण म्हणणाऱ्या कसलेल्या नटाप्रमाणे मधुकर थोडासा थांबला. हशा विरताच तो म्हणाला, "हा माधव शुद्ध भटजी आहे भटजी! इंग्लंडमध्ये बटाटावडा नाही म्हणून केवढा गळा काढलान् लेकानं आता!"

मृदुलेने चारुदत्ताला दिलेल्या मेजवानीचा कैफ मधुकरला चढला होता यात शंका नाही. तो उठून उभा राहिला आणि माधवकडे हात करून म्हणाला, "हे पेशवाईच्या पूर्वी जन्माला आलेल्या ब्राह्मणा, इंग्लंडमध्ये बटाटावडा नसला तरी त्याचा बाप सामोसा आहे, हे कसं तुझ्या लक्षात आलं नाही? म्हणे इंग्लंडमध्ये

मृदुला नाही! नसेना! एक सोडून छप्पन्न वसंतसेना पिंगा घालायला लागतील या चारुदत्ताभोवती!''

चारुदत्ताने मृदुलेकडे पाहिले. तिच्या मुद्रेवरून मधुकराचा आचरटपणा मर्यादेबाहेर चालला आहे हे त्याच्या लक्षात आले. तो हसत हसत म्हणाला, ''मधुकर, तुझ्या या वक्तृत्वाबद्दल सर्व सभा तुझी आभारी आहे. पण... एक गोष्ट तू विसरलास!''

''कुठली?''

''आमचा वाङ्‌निश्चय झाला आहे! मी कुठंही असलो तरी मृदुलेचीच मूर्ती माझ्या मनात घोळत राहील!''

''फुकट, फुकट आय.सी.एस.ला चालला आहेस तू बाबा! त्यापेक्षा दासबोधाचं निरूपण करीत एखाद्या देवळात बसला असतास...''

माधवाला पुन्हा वाचा फुटली- ''चारुदत्त संस्कृतचा विद्यार्थी असता तर त्याचं म्हणणं एक वेळ आम्ही खरं मानलं असतं! मेघदूतातला यक्ष नाही का मेघाबरोबर बायकोला संदेश पाठवीत? तसा हाही मृदुलेला प्रत्येक बोटीच्या कप्तानाबरोबर आणि विरहानं अगदी होरपळून गेल्यावर प्रत्येक विमानाच्या पायलटबरोबर- निरोप पाठवीत राहिला असता! पण हा आहे इकॉनॉमिक्सचा विद्यार्थी- नुसता आकड्यांनी खेळणारा! इकडे भारतवर्षात आपल्या कमललोचना मदिराक्षीचं नवनीतकोमल हृदय विरहानं कढून त्याचं साजूक तूप झालं असेल हे याला...''

पावसाची मुसळधार सर यावी तसा हशा पिकला. माधवचे काव्य जागच्या जागी आटले.

हात धुऊन सर्वांनी विडे तोंडात टाकले. विड्याने रंगलेले ओठ पुसता पुसता मधुकर मृदुलेला म्हणाला, ''मृदुला, तू उद्या आय.सी.एस.ची बायको होणार असलीस तरी तुझा स्वभाव फार चिक्कू आहे!''

''तुला एकच विडा मिळाला वाटतं?''

''अहं, एकाच मेजवानीत तू चारुला निरोपही दिलास आणि त्याच्याशी वाङ्‌निश्चयही केलास!''

''बरं, बरं, लग्नाच्या वेळी वर्षभर मेजवान्या देईन; मग तर झालं?''

''म्हणजे आपल्या घराजवळच दवाखाना उघडायला हवा एक!''

चारुदत्ताच्या या वाक्यानंतर कुणी गळ्याभोवती स्कार्फ गुंडाळला, कुणी डोक्यावर टोपी चढविली आणि एकाने तर अडाणा रागात 'वंदे मातरम्' सुरू करण्याचा आव आणला!

'नमस्ते'च्या गडबडीत माधव मनोहरला कोपराने हळूच डिवचून म्हणाला, ''अगदी वन सीन, वन ॲक्ट टेकनिक चाललंय हं! रंगभूमीवर जरूर नसलेल्या पात्रांनी या नाही त्या निमित्तानं निघून जायचं आणि मग मुख्य पात्रांनी...''

"पण अशा अंकाच्या शेवटी एखादी महत्त्वाची घटना घडून यावी लागते!"

"आपली पाठ फिरली की, घडणारच आहे ती!"

"काय होणार आहे?"

'खून नाही! चुंबन!"

मनोहर व माधव खो खो हसत का गेले, हे चारुदत्त व मृदुला यांना कळणे शक्य नव्हते. पण त्यांच्या त्या हसण्याने दोघांच्याही मुखावर स्मितलहरी खेळू लागल्या. थट्टेमुळे प्रणयाला निराळीच माधुरी येते यात शंका नाही.

मित्रमंडळी निघून गेली. दिवाणखान्यात चारुदत्त व मृदुला एका संगमरवरी टेबलाभोवती समोरासमोर बसली. झगमगणारा विद्युत्प्रकाश असह्य वाटल्यामुळेच की काय, मृदुलेने एक स्विच दाबून तो बंद केला. दुसरा जवळचा स्विच दाबताच छोट्या निळसर झुंबरातील सौम्य प्रकाश सर्वत्र पसरला. त्या मंदमधुर प्रकाशात चारुदत्ताच्या चेहऱ्याकडे पाहता पाहता मृदुलेच्या डोळ्यांत पाणी तरळू लागले.

तिचा हात हातात घेऊन स्निग्ध स्वराने चारुदत्त उद्गारला, "अगदी कुक्कुबाळ आहेस तू अजून, मृदु!"

"तसं नाही रे! पण मघासारखी थट्टा ऐकली, की नाही नाही ते मनात येतं."

"काय येतं मनात? एक गोरी पोरगी तुला सवत म्हणून मी आणीन हेच ना? मृदुला, प्रेम हा ज्यांना आयुष्यातील एक गमतीचा खेळ वाटत असेल त्यांची गोष्ट निराळी! मला प्रेम ही पूजा वाटते!"

"पूजा?"

"हो, पूजा! देव्हाऱ्यातल्या मूर्तीविषयी भक्ताला काय वाटत असेल, हे मी सहज सांगू शकेन."

"काय वाटतं त्याला?"

"साऱ्या जगातली सुंदर फुलं गोळा करून आणावीत आणि ती आपल्या मूर्तीला वाहावीत; आपल्या मूर्तीचा देव्हारासुद्धा इतका मोहक असावा, की लोकांनी त्याच्याकडे नुसतं टकमक पाहत राहावं!"

"तू आय.सी.एस. झाल्यावर काय कमी आहे आपल्याला? गेले सहा महिने मलासुद्धा असलीच स्वप्नं पडतात रे! कालचंच माझं स्वप्न पाहा ना- आपल्याच बंगल्यात एक छानसं टेनिसकोर्ट आहे आणि त्याच्यावर तू नी मी खेळत आहो; खेळता खेळता माझ्या केसात खोवलेलं फूल खाली पडतं; तू धावत येऊन ते घेतोस आणि पुन्हा माझ्या केसात खोवतोस- मग मी म्हणते, खेळाकडे लक्ष नाही तुझं?- तू उत्तर देतोस, तू समोर असताना खेळाकडे लक्ष लागायचं तरी कसं?"

चारुदत्ताने हसत हसत विचारले, "स्वप्नंसुद्धा माझ्याच बाजूनं साक्ष देताहेत म्हणून बरं! नाहीतर हे लग्न मोडून टाकायलासुद्धा..."

त्याच्या तोंडावर हात ठेवून त्याचे बोलणे बंद करीत मृदुला म्हणाली, ''तर तर, उगीच नाही माझ्या मनाला भय वाटत!''

''म्हणजे?''

''तुझ्या मनाचा थांगच लागत नाही मला! देवावर काडीभरही विश्वास नाही तुझा; पण इंग्लंडला जायच्या पूर्वी आपल्या कुलदेवतेचं दर्शन घेऊन यायला हवं असं तुझ्या आजीनं सांगताच ते मात्र कबूल केलंस तू!''

''हे पाहा मृदुला, आजी अगदी पिकलं पान झालं आहे! आपला नातू आय.सी.एस. झालेला पाहायला ती राहणारही नाही कदाचित! तेव्हा तिच्या मनाच्या समाधानासाठी...''

''माझ्या साऱ्या मैत्रिणी एवढ्यावरनंच चिडवायला लागल्या आहेत मला! एक म्हणते- उद्या लग्न झाल्यावर तुलाही नथ घालून आणि कपाळभर मळवट भरून कुलदेवतेच्या दर्शनाला जायला हवं! दुसरी म्हणते- संभाळ हं बाई, नाहीतर चारुदत्ताची कुठली तरी पणजी उद्या उपस्थित होईल नी कोपरापर्यंत कांकणं भरून तुला गाईला नी तुळशीला प्रदक्षिणा घालायला लावील...''

''टेनिस खेळायचं ते तुळशीला प्रदक्षिणा घातल्या म्हणजे झालं!''

मृदुलेने मान उडवून 'काहीतरीच काय बोलतोस?' असा अभिनयात्मक प्रश्न केला.

''तू येतेस का आता कोकणात?'' चारुदत्ताने चिडविण्याकरिता मुद्दामच तिला विचारले!

''अंदमानात जाईन, पण त्या भिकार कोकणात जाणार नाही कधी!''

''कोकणात आंबे कसे झकास मिळतात!''

''आंबे काय पुण्यामुंबईत राहूनही खाता येतात!'' हे उत्तर देताना मृदुला मोठ्या मिस्कीलपणाने हसली.

* * *

आणि आजीबरोबर कोकणात जाऊन आलेल्या चारुदत्ताचे मृदुलेने जे स्वागत केले तेही अशा खोडकर हास्यानेच!

'देवीचा अंगारा आणला आहेस ना? विलायतेत परीक्षेच्या वेळी आठवणीनं लाव हं तो!' असा टोमणा तिने मारला तरी चारुदत्त स्तब्धच होता.

मग मात्र मृदुलेला त्याचे मौन असह्य झाले.

एकान्त मिळताच तिने चारुदत्ताला विचारले, ''चारु, माझ्यावर रागावला आहेस तू?''

''काही माणसांवर रागावताच येत नाही मला!''

''कोण कोण आहेत ती भगवान माणसं?''

"माझी आजी- लोक तिला भागीरथीकाकू म्हणतात. माझ्या भावी आयुष्याची स्वामिनी- या तरुणीला मृदुला म्हणून लोक ओळखतात."

आपल्या नावाचा उल्लेख ऐकताच मृदुलेची कळी उमलायला हवी होती. पण चारुदत्ताने आजीची व आपली सांगड घालावी याचे तिला फार वाईट वाटले. घरोब्यामुळे लहानपणापासून ती वारंवार चारुदत्ताच्या घरी जात असे; पण चारुच्या आजीचा लळा तिला कधीच लागला नाही. ती पाचसहा वर्षांची असताना कुणीतरी चेटकिणीची एक गोष्ट तिला सांगितली होती. वर्णन करता करता त्या मनुष्याने ती चेटकीण कशी दिसत होती हेही सांगितले. चेहऱ्यावर सुरकुत्या असलेली, तोंडात दोन दात उरलेले, नेहमी वाकून चालणारी, विचित्र नजरेने पाहणारी- त्या चेटकिणीची सारी विशेषणे चारुदत्ताच्या आजीला लागू पडतात असे मृदुलेच्या बालकल्पनेला वाटले. यामुळे उत्पन्न झालेली मनातली अढी तिने कधीही बोलून दाखविली नव्हती; पण तिचे निर्मूलनही झाले नव्हते. मृदुला मोठी झाल्यावर तिने आजीच्या ज्या गोष्टी पाहिल्या होत्या, त्याही ही अढी दृढ व्हावी अशाच होत्या. घरात कुठेही तांदळाचे चार दाणे पडले असले तरी आजी ते मोठ्या साक्षेपाने उचलून घेत व कोठीच्या खोलीत नेऊन टाकीत. 'अन्नाला पायदळी तुडवू नये' असे त्यांनी यावेळी म्हटले की, छोट्या मृदुलेला ते उद्गार कद्रूपणाचे वाटत. मुलगा वकील होऊन खोऱ्याने पैसा मिळवीत असताना या म्हातारीने भिकारणीसारखे का वागावे, हे कोडे काही केल्या तिला उलगडत नसे. चारुदत्त कॉलेजात जाऊन पहिल्या वर्गात परीक्षा पास होऊ लागल्यावरही आजीने त्याला स्वातंत्र्य दिले नव्हते ही गोष्टही तिला कशीशीच वाटे. चारु उशिरा घरी आला, तर म्हातारी 'कुठं गेला होतास? काय करीत होतास?' असल्या प्रश्नांनी त्याला भंडावून सोडी, हेही तिने पाहिले होते. मृदुलेला साधा चहाही करता येत नाही याबद्दल हिणवायलाही कमी करीत नसे ती. मृदुलेच्या मनात येई, 'आज मी एका बड्या डॉक्टरची मुलगी आहे; उद्या एका आय.सी.एस.ची बायको होणार आहे. मला इंग्रजी चांगलं बोलता येणं अधिक आवश्यक आहे. ज्या मुलीला हॉटेलवाल्याची बायको व्हायचं असेल, तिला ही चहाची कसोटी लावणं बरोबर आहे. पण रुप्याच्या बोंडल्यानं दूध पिऊन, शिसवीच्या पलंगावर निजून आणि कोऱ्या करकरीत मोटरीत बसून जिचं बाळपण गेलं, दिवसाला तीन जॉर्जेटची पातळं नेसायची सध्या जिला ऐपत आहे, गाण्याचं अंग नसताना केवळ शोभा म्हणून महिना वीस रुपयांचा गायन-शिक्षक गेली दहा वर्षे वडिलांनी जिच्यासाठी ठेवला आहे, त्या मुलीला चहा करता येतो की नाही हे पाहणं म्हणजे तिचा अपमान करण्यासारखंच नाही का?'

अशा रीतीने चारुदत्ताच्या आजीविषयी मन कलुषित झाले असल्यामुळे आपली प्रिय माणसे सांगताना आजीच्या मांडीला मांडी लावून त्याने आपल्याला बसवावे हे

मृदुलेला आवडले नाही. त्याची विलायतच्या कपड्यांची तयारी सुरू झाली, तेव्हा मृदुला वारंवार त्याच्याबरोबर जाई. आजपर्यंत मुठीने पैसे उधळणाऱ्या चारुदत्ताने आपल्या विलायतच्या कपड्यांवर काटकसर करायला सुरुवात करावी याचे तिला आश्चर्य वाटू लागले. कधी तो किमतीविषयी हुज्जत घाली, तर कधी कमी किमतीच्या कपड्यानेही आपले काम भागेल असे बोलून जाई. या दोन्ही गोष्टी त्याच्या अथवा मृदुलेच्या- कुणाच्याच श्रीमंतीला शोभण्याजोग्या नव्हत्या!

शेवटी एका दुकानातून बाहेर पडताना त्रासून तिने चारुला विचारले, ''आजीनं हल्ली डोक्यावर हात ठेवलेला दिसतोय तुझ्या?''

''वडील माणसांच्या आशीर्वादाचं भाग्य फार थोड्या लोकांना मिळतं, मृदुला!''

* * *

पण असले खटके विसरून जावेत, असे मधुर प्रणयोद्गारही त्यांच्या संभाषणात प्रकट होत. सारी तयारी करता करता एकदा कंटाळून तो म्हणाला, ''पूर्वी परदेशगमन निषिद्ध का मानीत हे आता कळले मला!''

''का?''

''एवढी मोठी तयारी करून मिळवायचं काय? तर आपल्या आवडत्या माणसांचा वियोग!''

'आवडत्या' हा शब्द उच्चारताना त्याने मृदुलेकडे जो भावपूर्ण दृष्टिक्षेप केला होता, त्याच्या गुदगुल्या तिला पुढे कितीतरी दिवस होत होत्या.

कुठल्याशा एका दुकानात सुंदर मण्यांची एक माळ होती. चारुदत्त मोठ्या आस्थेने तिची किंमत विचारू लागला, तेव्हा तर मृदुलेला हसूच लोटले. तोंडावर हात धरून ती म्हणाली, ''तू आय.सी.एस. व्हायला जातोयस, संन्यास घ्यायला नाही!''

''पण ही माळ तिथं लागेलच मला!''

''कशाला?''

''मुदुला- मृदुला- म्हणून जप करायला!''

जायच्या आधल्या रात्री चतुर्थीच्या चांदण्यात दोघेही मृदुलेच्या बंगल्यातील गच्चीवर उभी होती. त्यावेळी मृदुलेला हसवून चारुदत्त शेवटी म्हणाला, ''चक्रवाक पक्ष्यांच्या जोडप्यामध्ये एक कमळाचं पान आलं, की ती दोघंही रात्रभर टाहो फोडीत असतात. आता आपल्यामध्ये निम्मं जग उभं राहणार आहे; पण आपण बिलकूल रडायचं नाही हं! निम्मंच काय, सारं जग जरी तुझ्या नी माझ्यामध्ये येऊन उभं राहिलं, तरी मी तुझाच राहीन आणि तू...''

पृथ्वीवरील चंद्रकोर कुठंतरी लपली. आकाशातल्या कोरीनेही तिचेच अनुकरण केले.

* * *

इंग्लंडला पोहोचल्यावर चारुदत्ताने मृदुलेला जे पहिलेच पत्र पाठविले होते, त्यात 'कोकणातून आल्यापासून माझ्या मनावर एक प्रकारची कृष्णच्छाया आली होती, तिच्यामुळे मी तुझ्याशी उदासीनपणे वागलो असा तुला भास झाला असेल; त्या कृष्णच्छायेचे कारण पुढेमागे मी तुला लिहीन' असे लिहिले होते. चारुदत्ताच्या मनाला इतके खळबळून टाकणारे काय असेल याचा मृदुलेने खूप विचार केला; पण त्याला एखादी सुंदर मुलगी तर दिसली नसेल ना, या तर्कापलीकडे तिची गती केव्हाच गेली नाही. तिचे दुसरे मन उपहासाने म्हणाले, 'सुंदर मुलगी आणि ती कोकणातल्या एका खेडेगावात दिसणार? काहीतरीच!'

या पत्रात ताजा कलम होताच. त्यात मृदुलेला वारंवार आपल्या आजीकडे जाण्याविषयी चारुदत्ताने लिहिले होते.

ठरल्याप्रमाणे दर पंधरा दिवसांनी त्याचे पत्र मृदुलेला येई. पण प्रत्येक पत्रात विषय निराळाच असे! पहिल्यांदा हवा, पाणी, अन्न यांची माहिती आली. मग चालीरीतींचा उल्लेख झाला. एका पत्रात मृदुलेच्या रूपाची इंग्रजी मुलींच्या सौंदर्याशी तुलना केली होती. पण हे विषय लवकरच मागे पडले. नंतरच्या पत्रांत दोन्हीकडच्या सामाजिक स्थितीची तुलना होऊ लागली. विशेषत: गरिबांविषयी व युरोपात सर्वत्र पसरत चाललेल्या तत्त्वज्ञानाविषयी त्याच्या पत्रात फार मजकूर असे.

'अलीकडे तुझी पत्रं ज्ञानकोशासारखी वाटतात मला!' मृदुलेने त्याला पत्रातून टोमणा मारायला कमी केले नाही. पण त्याच्या पत्रातील हा सूर कायमच राहिला. आय.सी.एस. झाल्यावरचे मनोराज्य त्याच्या पत्रात कोठेच दिसत नसे. मृदुलेने आपल्या भाच्याचे बारसे किती किती थाटाने झाले त्याचे सविस्तर वर्णन त्याला लिहिले. 'यावेळी मी तिकडे असायला हवं होतं,' अगर 'तुझ्या भाच्याच्या बारशादिवशी तुझ्या मैत्रिणींनी तुझी काय काय थट्टा केली ते तू पत्रात लिहिलं नाहीस!' अशा अर्थाचे उत्तर चारु पाठवील अशी तिची अपेक्षा होती! पण त्याने दोनच वाक्ये लिहिली होती- 'आपल्या सामाजिक कल्पना किती संकुचित आहेत! एका श्रीमंत मुलाच्या बारशासाठी जो अवास्तव खर्च होतो, त्यात दहा गरीब मुलांचा अपमृत्यू टाळता येईल; पण...'

त्याच्या पत्राबरोबर अनेकदा कात्रणे येत. पण तीही असल्याच व्याख्यानांची व लेखांची. एकदा खलिल जिब्रानची एक कविताच त्याने पत्रासोबत पाठविली. मृदुलेने जिब्रानचे नावच ऐकले नव्हते. तिला वाटले- ते एखादे मधुर प्रेमगीत असेल. पण जसजशी ती कविता वाचू लागली, तसतशी ती कोड्यात पडली. त्या कवितेचे नाव 'महासागर' असे होते. 'आपल्या सध्याच्या जीवनावरील हे सुंदर रूपकच नाही का?' असे शब्द चारुदत्ताच्या पत्रात होते. म्हणून मृदुलेला त्या कवितेचा थोडातरी अर्थबोध झाला.

कवी सागरतीरावर स्नान करण्याकरिता जातो; पण त्याला एकांत तर मिळतच नाही! उलट ठिकठिकाणी जी माणसे दिसतात, ती पाहून महासागराकडे जाण्याची त्याच्या मनात उत्कंठा उत्पन्न होते. समुद्राच्या तीरावर त्याने पाहिलेल्या माणसांत चिमटीने समुद्रात साखर टाकून तो गोड करू पाहणारा आशावादी, मेलेल्या माशांना सहृदयतेने परत समुद्रात सोडणारा भूतदयावादी, लाटांवरील फेस भांड्यात साठवू पाहणारा ध्येयवादी, समुद्राकडे पाठ फिरवून आणि कानापाशी शिंपला नेऊन 'हा पाहा समुद्र' अशी गर्जना करणारा ध्येयवादी, असे कितीतरी तऱ्हेचे विचित्र प्राणी असतात! त्यांना कंटाळून तो या समुद्रापेक्षा मोठ्या समुद्राकडे जायला हवे असे म्हणतो.

या कवितेने मृदुलेचे मन अत्यंत अस्वस्थ केले. चारुदत्ताची स्वत:च्या घरी येणारी पत्रे तर फारच त्रोटक असत. मधुकर, माधव वगैरेंच्या मित्रमंडळालाही तो जवळजवळ विसरूनच गेला होता. काहीतरी घडत आहे, पण ते काय आहे हे मृदुलेला कळेना!

ते काहीतरी फार भयंकर आहे याची खात्री आय.सी.एस.चा निकाल वाचताना तिला झाली. वेड्याप्रमाणे चार चार वेळा तिने सर्व नावे वाचली. त्यात चारुदत्ताचे नाव नव्हते. तो आजारीही नव्हता. मग...?

* * *

ज्या अंकात आय.सी.एस. झालेल्या विद्यार्थ्यांची नावे होती, तो अंक पुन:पुन्हा चाळून पाहताना मृदुलेला एक नवाच शोध लागला. तो म्हणजे चारुदत्ताने इंग्रजी 'मातृभूमी' नावाचे एक पुस्तक लिहिले असून, त्याची इंग्लंडमध्ये फार वाहवा होत आहे. चारुदत्त आय.सी.एस. झाला असता तर या बातमीमुळे ती आनंदाने नाचू लागली असती. पण आता ती वार्ता तिला अगदी विषासारखी वाटली. असला भलता उपद्व्याप करण्याऐवजी त्याने मन लावून अभ्यास केला असता तर?...

चारुदत्त नापास झाला, एवढेच नव्हे, तर पुन्हा आय.सी.एस.ला बसण्याची संधी मिळत असूनही तो तिचा फायदा घ्यायला तयार नाही हे ऐकताच मृदुलेच्या घरी एकच गडबड उडाली. सारे घर म्हणू लागले- एका साध्या बी.ए.ला आपली मुलगी द्यायची? त्याचा बाप श्रीमंत आहे हे खरे- पण मुलगा? वाङ्‌निश्चय मोडून टाकलेलाच बरा. जुन्या काळीसुद्धा वाङ्‌निश्चय मोडल्याचे दाखले आहेत. बळरामाने सुभद्रा दुर्योधनाला देण्याचे ठरविले होते. पण शेवटी तिची माळ अर्जुनाच्याच गळ्यात पडली नाही का?

भांबावून गेलेल्या मृदुलेने चारुदत्ताला पत्रात लिहिले- 'तू इंग्लंडहून एखादी मोठी पदवी घेऊन आला नाहीस तर...' पुढे तिला काहीच लिहिता येईना. ती

अधीरपणाने त्याच्या उत्तराची वाट पाहू लागली.

* * *

'प्रिय मृदुला,

गेलं दीड वर्ष नकळत मी तुझी फसवणूक केली याबद्दल क्षमा कर मला.

मी एखादी मोठी पदवी घेऊन यावं असं तुला वाटतं. मृदुला, तुझे आप्तेष्ट तुझं लग्न पदवीशी, पगाराशी, प्रतिष्ठेशी लावणार आहेत; प्रेमाशी नाही. होय ना? त्यांना सांग, चारुदत्ताचा मार्ग त्यांच्यापेक्षा आता निराळा झाला आहे.

गतवर्षी मी कोकणात जाईपर्यंत ते व मी एकाच दिशेने जात होतो हे मला मान्य आहे. पण...

जन्मापासून मी श्रीमंतीत वाढलो. कधी आगगाडीच्या तिसऱ्या वर्गाच्या डब्यात बसलो नाही, कधी बाजारातून एखादी वस्तू हातानं आणली नाही, की कधी अमुक हवं म्हटल्यावर ते मला मिळालं नाही असं घडलं नाही. लहानपणापासून आपण बरे, आपले मित्र बरे, आपला खेळ बरा आणि आपला अभ्यास बरा अशा सुखी वातावरणात मी वाढलो. आंधळ्या मनुष्याला रस्त्यावरले खाचखळगे जेवढे कळतात, तेवढेसुद्धा आयुष्यातील खाचखळगे आम्हा श्रीमंतांच्या मुलांना दिसत नाहीत.

सुखवस्तू वातावरणानं धुंद झालेले माझे डोळे मी इंग्लंडला जाण्यापूर्वी कोकणात गेलो त्यावेळी प्रथम उघडले. आयुष्यात क्रांतीचा क्षण एखादाच येतो. तो कुठून येतो तेही आपल्याला कळत नाही. माझंही तसंच झालं.

आजीला बरं वाटावं म्हणून कुलदेवीच्या दर्शनाला मी गेलो. दोनच दिवस त्या खेडेगावात मी होतो. तिथं पाहिलेलं दैन्य आणि दारिद्र्य यांचं वर्णन केलं तर- तू माझं पत्र पुढे वाचणारसुद्धा नाहीस. देवीचं दर्शन घेऊन संध्याकाळी त्या खेडेगावाबाहेर सहज फिरायला म्हणून मी गेलो. जाता जाता रस्त्याच्या कडेला शेतात एक झोपडी दिसली. तिच्यात कोणीतरी विव्हळत आहे असं वाटल्यावरून मी दारात जाऊन थोडं आत डोकावलं. एक बाई कण्हत होती. चिंध्यांनी आपलं अंग तिनं कसंबसं झाकलं होतं. जवळच रक्तानं माखलेल्या काही चिंध्या पडल्या होत्या. त्या बाईसमोर एक लंगोटी लावलेला काळा हडकुळा इसम उभा होता. हा इसम त्या बाईचा खूनबीन तर करीत नाही ना, अशी शंका माझ्या मनात आली. पण ती क्षणभरच! दुसऱ्याच क्षणी त्याच्याकडे प्रेमळपणानं पाहत ती बाई मोठ्या कष्टानं म्हणाली- ''पाणी!''

त्यानं एक भांडं उचललं व तिच्या तोंडात पाणी घातलं. किती कळकट भांडं होतं ते!

बाई फार आजारी आहे हे मी ताडलं. मी हळूच विचारले- ''काय होतंय बाईला?''

त्या पुरुषानं आपली दृष्टी माझ्याकडे वळवली. किती भकास दिसत होती ती! विकटपणानं हसत तो म्हणाला, "काही नाही. एका संकटातनं तर देवानं सोडवलं!" ती बाई पुन:पुन्हा पोटात कळा आल्याप्रमाणं करीत होती आणि हा गृहस्थ तर संकटातून बचावल्याच्या आनंदात मग्न होता! मला काहीच कळेना!

मी धिटाईनं म्हटलं, "काही औषधपाणी द्या!"

तो उत्तरला, "झालंय काय तिला? नासवलीय नुसती! होईल दोन दिवसांत बरी!"

नासवणं म्हणजे अपुऱ्या दिवसांची बाळंतीण होणं हे आय.सी.एस.ला जाणाऱ्या माझ्यासारख्या पांढरपेशाला कसं कळावं? पण त्या मनुष्यानं लगेच ते स्पष्ट शब्दात मला सांगितलं.

ती बाई उठून बसली. नवरा तिच्या पाठीवरून हात फिरवू लागला आणि मग दोघंही एकमेकांकडे पाहून इतक्या आनंदानं हसली, की मला विलक्षण राग आला त्यांचा! त्या मनुष्याच्याही लक्षात ते आलं असावं. माझ्याकडे वळून तो म्हणाला, "तुम्हाला कळायचं नाही हे दादा! ही नासवली म्हणून मलाच नाही, पण तिलासुद्धा केवढा आनंद झालाय! आता काय त्रास झाला तो झाला; पण पोराची तर कटकट नाही पुढं! आणखी एक पोर म्हणजे आणखी एक खाणारं तोंड! हवंय कुणाला ते!"

तो हसला, ती बाईही हसली. अकाली गर्भपात झाल्याबद्दल एखाद्या आईला आनंद होतो हे मला स्वप्नातसुद्धा खरं वाटलं नसतं! पण स्वप्नं काल्पनिक असतात हेच खरं.

त्या मनुष्यानं पाचच मिनिटांत आपल्या आयुष्याची कहाणी मला सांगितली. त्या पाच मिनिटांत मी जे शिकलो, ते कॉलेजातल्या चार वर्षांतच नव्हे, तर कुठल्याही कॉलेजात कधीच शिकता आलं नसतं.

माझ्या वडिलांच्या इतकंच त्याचं वय होतं; पण किती म्हातारा दिसत होता तो! त्याच्या बायकोची बारा बाळंतपणं झाली होती म्हणे! त्यातली सात मुलं जिवंत होती. नऊ माणसांची पोटं भरता भरता या नवराबायकोच्या नाकी नऊ येत! मग प्रत्येक नवं मूल म्हणजे आपल्या गळ्यात बांधलेला दगड असं त्या जोडप्याला वाटलं तर त्यात नवल कसलं?

मृदुला, कॉलेजात असताना मूल म्हटलं की, फूल माझ्या डोळ्यांपुढं उभं राही. रेव्हरंड टिळकांची ती कविता- **आकाशात फुले, धरेवर फुले, माझ्याही गेही फुले-** ती मला किती आवडत असे हे ठाऊकच आहे तुला. कोकणात जाताना प्रवासात माझ्या मनात जे अनेक रम्य तरंग उठले, त्यातला एक- लिहू की नको असं वाटतं, पण लिहितोच- तुला मूल झाल्यावर आजी आपणा तिघांना कुळदेवीच्या दर्शनाला पाठवल्यावाचून राहणार नाही असा होता! आणि मग भविष्याच्या वेलीवर

फुलणाऱ्या त्या अज्ञात फुलाची चित्रं रेखाटण्यातच माझं मन कितीतरी वेळ दंग झालं होतं. कधीकाळी होणाऱ्या मुलाचा माझ्या मनाला आनंद आणि पोटातल्या पोटातच मूल मेल्यामुळ त्या जोडप्याला झालेला आनंद... त्या शेतकऱ्याची हकिकत ऐकताना माझं डोकं कसं सुंद झालं.

त्याची सारी हुशारी फुकट होती. त्याला कधीच कसलंच शिक्षण मिळालं नव्हतं. त्याची शारीरिक शक्तीही फुकट होती. जमीनदाराचा खंड, सावकाराचं व्याज आणि नऊ माणसांचा प्रपंच यांच्या भाराखाली तो अगदी चिरडून गेला होता. माझ्या मनात आलं- माझे वडील गरिबीतूनच पुढं आले होते. त्यांना जी संधी मिळाली, ती या मनुष्याला मिळाली असती तर- मिळाली असती तर का? त्याला मिळायलाच हवी होती. ती मिळाली नाही ही त्याची चूक नाही, समाजाची आहे!

त्या क्षणापासून माझ्या डोक्यात एक विलक्षण विचारचक्र सुरू झालं. समाजातल्या प्रत्येक दु:खाकडे मी एका विशिष्ट दृष्टीनं पाहू लागलो आणि इथं आल्यावर मला लवकरच कळून चुकलं, की खादी वापरून आणि चहा सोडून देश सुखी करण्याच्या माझ्या शाळेतल्या कल्पना- किंबहुना आय.सी.एस. होऊन जिल्ह्यातल्या गोरगरिबांची दु:खं दूर करण्याच्या माझ्या कॉलेजातल्या कल्पना हे नुसतं मृगजळ आहे. मधुमेह झालेल्या रोग्याला लहानशी जखम झाली तरी ती वाढत जाते ना? सामाजिक दु:खांच्या जखमाही सर्वत्र तशाच चरत आहेत. हा मलमपट्टीनं बरा होणारा रोग नव्हे.

मला इथं येऊन दोनतीन महिने झाले, तोच एका रशियन बाईची ओळख झाली. आमच्या आजीच्या वयाची आहे ती. पण आता इंग्लंडात येऊन रशियातील क्रांतीविषयीच्या पुस्तकांचं ती इंग्रजीत भाषांतर करीत आहे. ही बाई मूळची शेतकरीण. तिसाव्या वर्षापर्यंत तिला अक्षरओळखदेखील नव्हती. पण क्रांतीनं मिळालेल्या प्रत्येक संधीचा फायदा तिनं करून घेतला. तिच्याकडे पाहताना मला आजीची आठवण होऊन अतिशय वाईट वाटे. आजीसारखी लढाऊ वृत्तीची बाई आई म्हणून लाभण्याचं भाग्य माझ्या वडिलांना मिळालं, म्हणूनच ते बडे वकील झाले. लहानपणीच माझी आई वारली; परंतु आजीनं मला आईची उणीव भासू दिली नाही. पण तिच्या या कर्तृत्वाला घराच्या चार भिंतींपलीकडे काही आहे, याची जाणीव तरी आहे का? सबंध शिवलीलामृत पाठ म्हणेल, तोंडात पाण्याचा थेंब न घालता उपास करील, पंचवीस पाहुणे आले तरी कुणाचं काही उणं पडू देणार नाही, माझ्यासारखा नातू आजारी पडला तर नर्सलाही लाजविण्यासारखी त्याची शुश्रूषा करील; पण तिच्या या साऱ्या गुणांचा समाजाला काय उपयोग?

जिब्रानच्या कवितेचं कात्रण मी तुझ्याकडे पाठवलं होतं! त्यात शेवटी कवी म्हणतो, 'Then we left the sea to seek the greater sea.'

ही महासागर शोधण्याची वृत्ती माझ्यात बळावली. आय.सी.एस. झालो तरी

कूपमंडूकाप्रमाणंच माझं आयुष्य जाणार, हे शल्य मनाला पदोपदी टोचू लागलं आणि अभ्यासावरचं माझं लक्ष उडालं. माझ्या मनातली ही क्रांती इतरांना कळवायची कशी या कोड्यात पडून मी गप्प बसलो ही मात्र चूक झाली. वडिलांचं नुकतंच पत्र आलं आहे मला! कुटुंबाचे हजारो रुपये फुकट घालवल्याबद्दल त्यांनी मला दोष दिला आहे. मला ते पैसे निष्कारण खर्च झाले असं वाटतच नाही. जे खरं जग माझ्यापासून वडील माणसांनी आणि शिक्षकांनी लपवून ठेवलं होतं, ते शोधून काढण्याकरता इतका पैसा गेला, हेच खरं!

मृदुला, आपला वाङ्‌निश्चय होण्यापूर्वी माझ्या मनात हा बदल झाला असता, तर बरं झालं असतं असं वाटतं. पण आपल्याला हव्यात तेव्हाच इष्ट गोष्टी घडाव्यात असा सृष्टीचा संकेत आहे कुठं? लौकिकदृष्ट्या मी आय.सी.एस. नापास झालो हे खरं; पण 'मातृभूमी' हे माझं पुस्तक तू पाहशील तर त्या परीक्षेपेक्षाही अधिक उच्च परीक्षा मी पास झालो आहे असं तुला आढळून येईल. तुझ्या नावानं एक प्रत आजच पाठविली आहे. तू पुस्तक वाच आणि मग मला उत्तर घाल. तुझ्या उत्तराची मी केवढ्या उत्सुकतेने वाट पाहत आहे म्हणून सांगू?

तुझा

चारुदत्त

ता. क.- 'मातृभूमी' हे पुस्तक तुला अर्पण करण्याकरता एका मनानं फार धडपड केली. पहिल्या पुस्तकापेक्षा दुसरं अधिक चांगलं होणार आणि मृदुलेला अधिक चांगली वस्तूच अर्पण करायला हवी अशी मी त्याची समजूत घातली, तेव्हा कुठं आजीला हे पुस्तक अर्पण करायला त्यानं संमती दिली!'

* * *

प्रत्येक डाकेला मृदुलेच्या उत्तराची चारुदत्ताने मोठ्या उत्कंठतेने वाट पाहिली. पण टपालात न पडलेली पत्रे कधी कुणाला मिळाली आहेत का?

काही दिवसांनी एका मराठी वृत्तपत्राचा दोन भिकार छायाचित्रे छापलेला एक अंक त्याच्या हातात पडला. त्या छायाचित्राखालील एवढाच मजकूर चारुदत्ताने वाचला-

अभिनंदनीय विवाह

कासंडीचे सुशिक्षित जहागीरदार श्रीमंत अप्पासाहेब व कुमारी मृदुला...

चारुदत्ताचे मन हसत हसत म्हणाले, 'ठीक आहे. महासागराची पहिली लाट तर आली!'

दुसरे सरकार

लग्न झाल्यापासून कविता वाचायचे मी सोडून दिले होते. पण स्टोव्ह पेटविता पेटविता माझे लक्ष खिडकीतून येणाऱ्या सूर्याच्या किरणांकडे गेले. मी तशीच उठले आणि खिडकीतून त्या सौम्य, सुंदर प्रकाशाकडे पाहू लागले.

आजच्या सूर्यप्रकाशात काहीतरी विलक्षण सौंदर्य भरले आहे असा भास मला झाला. तो प्रकाश पांढराशुभ्र नव्हता; सोनेरी होता! आज मुंबईत सोन्याचा दिवस उगवला होता.

एक ऑगस्ट!

माझ्यासारख्या हजारो बायकांना हा दिवस लग्नाच्या दिवसापेक्षा- आई होण्याच्या दिवसापेक्षाही अधिक आनंददायक वाटला असेल. आमच्या अन्नात रोज माती कालविणारी दारू आज नाहीशी झाली होती. नवऱ्याने विष घ्यावे नी त्याच्या बायकापोरांनी त्या विषाच्या वेदनांनी तळमळत पडावे हा देखावा आज संध्याकाळी दिसणार नव्हता.

मी वळून खोलीत पाहिले. आता ऊन चांगले आत आले होते. मला वाटले, या भिंतीसुद्धा आनंदाने हसताहेत. घरधन्याचे ते विचित्र धडपडणे, ते बेताल बडबडणे, ते बायकोच्या अंगावर वसकन येणे, भडाभडा ओकणे- सारे सारे आजपासून बंद होणार म्हणून त्यांनासुद्धा हर्ष झाला होता!

मी स्टोव्हकडे पाहिले. आनंदाच्या भरात मी पंप करायचे विसरूनच गेले होते. काकड्याने स्टोव्ह तापला असला, तरी पंप केल्यावाचून तो कसा पेटणार? माझे मलाच हसू आले.

स्पिरिटच्या बाटलीत मी पुन्हा काकडा बुडविला. इतक्यात मनात आले- स्वारी उठली आहे की नाही हे पाहून यावे! काल रात्री अकरा वाजता जेव्हा घरी परत येणे झाले, तेव्हा अगदी बघवत नव्हते चेहऱ्याकडे! 'हे काय?' म्हणून मी दुःखाने विचारले, तेव्हा 'शेवटची ओली रात्र!' असे जे अर्धबोबडे शब्द उच्चारणे झाले, ते

ऐकून माझ्या डोळ्यांचे पाणी कितीतरी वेळ खळले नाही. अर्धांगवायूचा झटका आलेल्या माणसासारखे ते बोबडे बोलणे, ती विद्रुप मुद्रा- छे! यांच्याप्रमाणे आपलीही ही शेवटचीच ओली रात्र आहे, यापुढे आपल्यावर रडण्याची पाळी येणार नाही असे जेव्हा एका मनाने दुसऱ्याचे पुन:पुन्हा समाधान केले, तेव्हा कुठे माझा डोळा लागला.

रात्रीच्या अत्याचारामुळे अजूनसुद्धा उठणे झाले नसेल असे मला वाटले. मघाशी मी खोलीत गेले, कॅलेंडरची ३१ जुलै ही तारीख फाडून टाकली. टेबलावरचे सिगारेटचे भांडे झाडून ठेवले, तेव्हा त्याचा आवाजही झाला; पण ते या कुशीवरूनदेखील वळले नव्हते!

मी दार हळूच लोटून पाहिले; स्वारी अंथरुणावर उठून बसली होती. अगदी टक लावून समोर काय पाहणे चालले होते कुणाला ठाऊक! टेबलामागच्या भिंतीवर कॅलेंडर होते आणि त्याच्यावर महात्माजींचा फोटो होता. मला वाटले, गांधींच्या फोटोकडे पाहून स्वारी मनात पवित्र निश्चय करीत असावी.

दारातले मण्यांचे तोरण उगीच हलविले. त्याच्या मंद किणकिणाटाने त्यांचे लक्ष माझ्याकडे गेले.

अजूनही त्यांचे डोळे थोडेसे तारवटलेलेच होते.

समोर बोट दाखवित ते चिडक्या स्वराने म्हणाले-

"हे काय आहे?"

"गांधींचा फोटो!"

"माझे डोळे फुटले नाहीत अजून! ही- ही- तारीख..."

मी वळून पाहिले.

एक ऑगस्ट.

त्या तारखेने त्यांना बेचैन केले होते. बाहेर एक ऑगस्टचा दिवस उजाडला असला, तरी कॅलेंडरमध्ये त्यांना एकतीस जुलै दिसायला हवी होती!

ते चिडलेले दिसले, की मी समोरून निघून जात असे. आताही मी तेच केले.

मी चहा घेऊन आले, तेव्हा स्वारी बरीच निवळली होती. अंघोळीच्या वेळी तर ते मनमोकळेपणाने हसत होते. हातातल्या धोतराच्या निऱ्यांकडे पाहत ते म्हणाले-

"बायकांच्या हातात काहीतरी जादू असली पाहिजे. भाकऱ्या असोत, नाहीतर निऱ्या असोत, ज्या ज्या गोष्टीला त्यांचा हात लागतो, ती ती सुंदर दिसू लागते!"

त्यांच्या बोलण्याचे मला हसू आले. पण लगेच मन उदासही झाले. 'बायकांच्या हातात जादू असते' असे तिकडून म्हणणे झाले! पण बायकांच्या हातात जादू असती, तर त्यांनी आपल्या नवऱ्यांना दारूच्या मगरमिठीतून कधीच सोडवले असते.

त्यांच्या व्यसनाचा सारा इतिहास माझ्या डोळ्यांपुढे उभा राहिला. मौज म्हणून दोनचारदा ते शर्यती पाहायला गेले. एकदा सहज त्यांनी एका घोड्यावर पैसे लावले. माझ्या दुर्दैवाने तो घोडा पहिला आला.

ते नेमाने शर्यतीला जाऊ लागले.

या नादात पुष्कळ पैसे गेले, तेव्हा कुठे त्यांचे डोळे उघडले. शर्यतीकडे ओढ घेणाऱ्या मनाला ताब्यात ठेवण्याकरिता ते कुठल्याशा क्लबात जाऊ लागले. गावात टॉयफॉईडची साथ आली की, त्याला कोण बळी पडेल याचा नेम नसतो ना? क्लबातही तसेच घडत असावे! तिथे ते दारूच्या आहारी गेले. माझी आसवे, दोन गोजिरवाण्या पोरांचे केविलवाणे चेहरे, शुद्धीवर असताना घेतलेल्या शपथा-संध्याकाळ झाली की, दारूबाजाची स्मरणशक्तीच नाहीशी होते हा अनुभव मीही वर्षानुवर्षे घेतला. पण- पण आता हे सारे एक भयंकर स्वप्न होते.

माझ्यासारख्या अनेक दुर्दैवी स्त्रियांना सुखी करणारी संध्याकाळ आज येणार होती!

ऑफिसला जाताना तिकडून म्हणणे झाले-

''आज संध्याकाळी सिनेमाला जाऊ या हं!''

काल रात्रीचा तो भुतासारखा अवतार आणि आताचे हे देवासारखे वागणे! सकाळचा तो चिडखोरपणा आणि आताचा हा गोडवा! कितीतरी वेळ या विचित्र विरोधाचा मी विचार करीत होते.

दारू!

नदीला पूर आला की, तिचे पाणी तांबडे लाल होऊन जाते. त्या पाण्याबरोबर साप आणि काटे वाहून येऊ लागतात!

दारूने माणसातही असाच बदल होतो!

त्यांचा मूळ स्वभाव किती चांगला होता! पण...

रोगी बरा होणार अशी खात्री झाल्यावर कुणी रडत बसते का? आजपासून ते चांगले होणार होते. मग...

त्यांच्या खोलीत येऊन मी गांधींच्या फोटोला मोठ्या भक्तिभावाने नमस्कार केला.

* * *

नेहमीपेक्षा कितीतरी आधी ते कचेरीतून परत आले.

''चहाबिहा काही नको!'' ते मोठ्या उल्हासाने उद्गारले. सिनेमाला जायला एखाद्या लहान मुलाइतके ते उत्सुक झाले होते.

पण चहाचा प्रश्न नसला तरी स्वयंपाकाचा होताच की! रात्रीच्या जागरणामुळे

दुपारी अंग कसे अगदी जड झाले. घटकाभर विसावा घ्यावा म्हणून जी लवंडले, ती चार वाजता उठले मी! त्यामुळे संध्याकाळी भाजीसुद्धा चिरून झाली नव्हती अजून! पण त्यांना हे कसे सांगायचे?

मी म्हटले, ''आज जरा बरं वाटत नाही मला! उद्या जाऊ की! सिनेमा काही पळून जात नाही कुठं!''

माझे शेवटचे वाक्य ऐकून ते हसले. पण त्या हसण्यामागे किती कारुण्य लपले होते! दारात आलेल्या भिकाऱ्याची आपण काहीतरी थट्टा केली की, तोसुद्धा तोंडावर कृत्रिम हसे आणतो! माझ्या समाधानासाठी तेही तसेच हसले असावेत! 'सिनेमा नाही कुठं पळून जाणार! पण मी?' असा काहीतरी प्रश्नच जणू काही त्यांचे ते हसणे मला विचारीत होते.

ते खोलीत गेले. मी हळूच मागून जाऊन पाहिले. स्वारी एक पुस्तक घेऊन आरामखुर्चीत पडली होती.

मला हायसे वाटले. मुले खेळून परत येईपर्यंत स्वयंपाक तयार व्हावा म्हणून मी झटपट काम करू लागले.

दोन घटकांनी एक मैत्रीण भेटायला आली. तिला चहा करून देण्याकरिता मी स्टोव्ह खाली काढला. स्पिरिटची बाटली स्टोव्हजवळ ठेवण्याची माझी नेहमीची पद्धत असे. पण बाटली तर तेथे दिसेना. डाव्याउजव्या हाताने कुठेतरी ती ठेवली असेल म्हणून मी सारे स्वयंपाकघर धुंडाळले. पण बाटली कुठेच सापडेना!

एकदम एक विचित्र शंका माझ्या मनात आली.

मी त्यांच्या खोलीकडे गेले. दारातूनच ती बाटली ओळखली मी!

बाटली त्यांच्या आरामखुर्चीजवळ आडवी पडली होती. मघाचे पुस्तक त्यांनी दूर भिरकावून दिले असावे. वाऱ्यामुळे उडणाऱ्या त्याच्या पानांची फडफड किती भयंकर वाटत होती!

मला एक हुंदका आला. त्यांना आपले मन मुळीसुद्धा आवरता येऊ नये याचे विलक्षण दुःख झाले मला.

पण तो हुंदका मी आतल्या आत गिळला. गांधींच्या फोटोकडे माझी नजर गेली. गांधींच्या पुण्याईने दारूबंदी झाली. आता तिकडले व्यसन हा हा म्हणता सुटेल या कल्पनेने माझे मन स्थिर झाले. महात्माजींच्या फोटोकडे आदराने पाहत मी स्वयंपाकघरात परत आले.

* * *

दुसरे दिवशी संध्याकाळी आम्ही सिनेमाला गेलो.

चित्र सुरू झाल्यावर मी त्यांच्याकडे पाहिले. त्यांचे लक्ष चित्राकडे मुळीच नव्हते!

मधेच त्यांनी माझा हात आपल्या हातात घेतला. तो उचलला नी आपल्या ओठांना लावला. आमच्यासमोर राहणारी एक जहांबाज बाई आमच्या मागेच सिनेमा पाहायला बसली होती. ती उद्या ही गोष्ट साऱ्या चाळीला सांगितल्याशिवाय राहणार नाही याची मला खात्री होती.

मी हळूच त्यांच्या हातातून आपला हात काढून घेतला.

ते आपल्या खुर्चीत एकसारखी चुळबुळ करीत होते. सिनेमाच्या पायी आज आपण उगीच पैसे घालविले असे मला वाटले.

विश्रांतीच्या वेळी त्या मागे बसलेल्या बाईने बोलावल्यामुळे मला तिच्यापाशी जाऊन बसावे लागले.

चित्र पुन्हा सुरू झाले. ते काय करताहेत हे मी मुद्दाम पाहत होते. दोनतीन मिनिटांनी ते जे बाहेर उठून गेले, ते चित्र संपेपर्यंत आत आलेच नाहीत!

घरी जाताना मी म्हटले-

"चित्राला बसायचं नव्हतं तर पैसे कशाला खर्च केले उगीच?"

त्यांनी विचित्र दृष्टीने माझ्याकडे पाहिले. तिच्यात कसली तरी अतृप्त भूक होती.

* * *

पुढचे दोन दिवसही असेच गेले. एक दिवस मुलाचे अंग तापले.

दुसरे दिवशी कुणी मैत्रिणी बसायला आल्या.

शनिवारी संध्याकाळी ऑफिसातून येताच ते म्हणाले-

"मला पुण्याला जायला हवंय आता!"

"का?"

"माझा एक स्नेही फार आजारी आहे!"

"कोण?"

"तो देशपांडे!"

"देशपांडे?" मी अद्यापपर्यंत त्यांच्या पुण्याच्या स्नेह्यांत हे नाव कधीच ऐकले नव्हते.

"तारबीर आली होती की काय?"

"हुं!"

ते न्हाणीघरात गेले तेव्हा त्यांच्या कोटाचे सारे खिसे मी चाचपून पाहिले. पण तार कुठेच दिसली नाही.

"सोमवारी सकाळी येईन मी!" असे सांगताना माझ्या नजरेला नजर देण्याचा त्यांना काही धीर झाला नाही. ते पुण्याला कशाला जात आहेत हे माझ्या ध्यानात

आले. वाटले, त्यांच्या पायांना घट्ट मिठी मारावी नी म्हणावे-

"प्राण गेला तरी मी तुम्हाला जाऊ देणार नाही.''

पण जे मनात येते, ते ते करण्याची शक्ती मनुष्याला असती तर-

तर?- तर पृथ्वीचा स्वर्ग झाला असता का?

ते जिना उतरून गेल्यावर कितीतरी वेळ मी एखाद्या दगडी पुतळ्याप्रमाणे स्तब्ध उभी होते.

त्यांच्या रिकाम्या खोलीकडे दारातून असहायपणे पाहताना माझी दृष्टी गांधींच्या फोटोकडे गेली.

गेल्या चार दिवसांत त्या फोटोकडे पाहून माझे मन भक्तीने उचंबळून जात असे.

पण आता मात्र भक्तीची जागा निराशेने घेतली. गांधी झाले तरी काय करणार? कुणाची ललाटरेषा काही त्यांना बदलता येत नाही! काँग्रेसचे राज्य झाले. दारूबंदी झाली! पण ज्याचा भोग त्यानेच भोगला पाहिजे! नाही का?

* * *

रविवारचा सारा दिवस मी कसा घालविला ते माझे मला माहीत. अपरात्री एखादे भयंकर स्वप्न पडून झोप उडाली म्हणजे माणसाला एक एक मिनिट तासासारखे वाटू लागते!

माझीही स्थिती तशीच झाली होती.

दुपारी जेवण झाल्यावर काहीतरी वाचावे म्हणून मी एका मासिकाचा अंक उघडून बसले. पण त्यातल्या पहिल्या गोष्टीकडे लक्ष जाताच माझे मन वाचण्यावरून उडाले. त्या गोष्टीचे नाव होते- 'सुखाचा संसार.'

हातात अंक घेऊन विचार करता करता माझ्या डोळ्यांत पाणी उभे राहिले असावे! धाकटी मिनू पाणी प्यायला स्वयंपाकघरात गेली होती. परत जाताना माझ्याकडे पाहून ती धावतच जवळ आली आणि गळ्यात हात टाकून म्हणाली- "काय झालं गं आई तुला?''

मला काय झाले होते ते त्या बाळ जिवाला कसे सांगायचे? या जगात दुःखाची वाटणीसुद्धा कायद्याच्या नियमांनीच होते. मनुष्य सज्ञान असला तरच त्याला दुसऱ्याच्या दुःखात भागीदार होता येते!

काहीतरी बोलायचे म्हणून मी मिनूला म्हणाले, "डॉक्टरांकडून डोळे तपासून घ्यायला हवेत गं! असं सारखं पाणी येतं!''

मिनू माझ्या डोळ्यांतले पाणी आपल्या फ्रॉकने पुसून नाचत निघून गेली. पण खोटे बोलणाऱ्या माझ्या मनाला मात्र तसे नाचता येईना. ते खिन्नपणे म्हणत होते,

‘गांधी नि काँग्रेस यांच्यासारख्या मोठमोठ्या डॉक्टरांनासुद्धा जिथं तुझे डोळे बरे करता येत नाहीत, तिथं…’

रस्त्यावरून कुणीतरी भिकारीण एक अभंग गात चालली होती.

मी खिडकीपाशी उभी राहिले. अभंगाचे शब्द ऐकू येऊ लागले-

‘तुझे आहे तुजपाशी
परि तू जागा चुकलासी।’

माझ्या मनात आले- साधुसंतसुद्धा मोठे लबाड आहेत. या जगात सुख मिळत नाही असे कधी सरळ सांगत नाहीत ते. इथे सापडले नाही तर तिथे शोधा असा फुकाचा उपदेश करायला त्यांचे काय जाते?

* * *

सोमवारी सकाळी स्वारी परत आली तेव्हा शुद्धीत होती. पण चेहऱ्यावर आदल्या दिवशीच्या बेतालपणाच्या खुणा पुरेपूर दिसत होत्या. चुलीवर ठेवलेल्या भांड्यात शित नसले, तरी त्याचा जळकेपणा काही कुठे लपत नाही! त्यांच्या ओढलेल्या डोळ्यांकडे आणि सुस्त चेहऱ्याकडे पाहून कुणीही सांगितले असते की…

दुसरे कुणी सांगायला कशाला हवे होते? आजची वर्तमानपत्रेच नाना तऱ्हांच्या बातम्या ओरडून सांगत होती- ‘शनिवारी नी रविवारी कितीतरी दारूबाज कल्याणला गेले होते!’ ‘अनेक सभ्य माणसांची या रविवारी कल्याणला आणि पुण्याला कामं निघाली होती!’

‘ठाण्याच्या खाडीवर एका मोटारीच्या झडतीत दारूची एक बाटली मिळाली. ड्रायव्हरने ती खाडीत फेकून देण्याचा प्रयत्न केला; पण तो साधला नाही; ड्रायव्हर अटकेत आहे!’

एक अन् दोन! दररोज अशा बातम्या ऐकून येऊ लागल्या. माझे मन कसे सुन्न होऊन गेले.

संध्याकाळी घरी परत आल्यावर स्वारी वसकन अंगावर काय येई, चांगले खायला करून दिले तरी चार घास खाऊन बाकीचे टाकून काय देई, आपल्याच खोलीत आदळआपट काय करी, एकएकदा मनात येई- नवऱ्याची दारू सुटो नाही तर न सुटो, त्याच्या बायकोच्या नशिबी सुख नसते हेच खरे!

दुसरा शनिवार आला. पुन्हा त्यांचे पुण्याला काम निघाले.

सोमवारी स्वारी आली ती मागच्यापेक्षाही अधिक वाईट स्थितीत!

पुढच्या शनिवारची मला धाकधूक वाटू लागली. पण भिऊन जगात कुठले

संकट टळले आहे?

शनिवारवर नजर लावून ते आठवड्यातले बाकीचे दिवस कसेबसे ढकलत आहेत हे माझ्या लक्षात आले. कॅलेंडरमध्ये शुक्रवारीच त्यांनी शनिवारची तारीख लावून ठेवली होती.

* * *

तिसऱ्या सोमवारी स्वारी आली तेव्हा मला अगदी राहवेना!

मी रागाने म्हटले, "काय चाललंय हे?"

"कुठं काय चाललंय?"

"सरकारनं दारूबंदी केली आहे ना?"

"केली असेल! मला काय त्याचं? या घरात माझं राज्य आहे! काँग्रेस सरकारचं नाही!"

"तुमचं एकट्याचंच राज्य नाही इथं! इथं माझंही राज्य आहे- मुलांचंसुद्धा आहे!"

ते अगदी बेफाम झाले होते. 'तोंड बघा राज्य करणाऱ्यांचं' असे बोलून त्यांनी जे विकट हास्य केले-

माझा संताप अनावर झाला. मी त्यांच्यापुढे जाऊन म्हटले, "बघा ना! नीट डोळे उघडून बघा!"

चिडून त्यांनी फाडकन माझ्या तोंडात मारली.

त्या क्षणी माझे मन उसळून म्हणाले, 'तुलाही याची परतफेड करता येईल!'

माझा हात वर आला. पण तो त्यांची धुंदी उतरविण्याकरिता नाही, तर स्वतःचा गाल चोळण्याकरिता!

सारी दुपार मी रडून घालविली. मग मनाशी निश्चय केला, असा अपमान करून घेऊन घरात राहण्यात काय अर्थ आहे? बायको जवळ असेपर्यंत नवऱ्याला तिची किंमत कळत नाही हे खरे! मुलाला चुलतबहिणीकडे ठेवावे नी मिनूला बरोबर घेऊन कोकणात आतेकडे जावे.

* * *

माणसाच्या मनाला लागलेली काळजी जगाला कधीच दिसत नाही. पण आतून पोखरून निघाल्यामुळे त्या मनाची शक्ती किती कमी होते हे त्याचे त्यालाच ठाऊक!

घराबाहेर जावे अथवा घरात कुणाशी बोलावे अशी इच्छाच होईना मला. तापकऱ्याची अन्नावरील वांछाच उडून जाते ना? मुंबईहून येऊन तीन दिवस झाले

तरी माझ्या मनाची तीच अवस्था कायम होती!

शुक्रवारी पहाटे तर तीन वाजताच झोप नाहीशी झाली. नाही नाही ते विचार मनात येऊ लागले- उद्या शनिवार. आपण काही मुंबईत नाही. स्वारी जास्तीच बेताल होईल. 'घरचं राज्य माझंही आहे!' असे अभिमानाने त्या दिवशी मी त्यांना उत्तर दिले होते. पण आपले राज्य सोडून जाणारी राणी त्याचे रक्षण कसे करणार?

छे! आपण मुंबईत राहायला हवे होते!

पण मुंबईत राहून दर आठवड्याला शनिवारपासून सोमवारपर्यंत जळत बसण्यापलीकडे मी काय करणार होते?

पहाटे क्षणभर माझा डोळा लागला. पण लगेच बायाच्या हाकेने मी जागी झाले. लहानपणापासून ही हाक माझ्या ओळखीची होती! बाया ही आतेची कैक वर्षांची दूधवाली होती. लहानपणी मी आतेच्या घरी सहासहा महिने राहायला येई, तेव्हा बाया संध्याकाळी आपल्या घरी मला घेऊन जाई आणि फेसाने भरलेले उनउनीत दूध मला प्यायला देई. स्वत:ला तीनचार मुले असूनसुद्धा तिला माझा फार लळा होता.

बायाच्या त्या फेसाळ दुधाच्या स्मृतीने माझे मन आनंदून गेले; पण लगेच...

लगेच बायाचा तो दारूबाज नवरा परसू माझ्या डोळ्यांपुढे उभा राहिला. एके दिवशी संध्याकाळी बाया मला दूध देत असताना तो झिंगत आला नि तिच्या हातातले दुधाने भरलेले भांडे त्याने दूर भिरकावून दिले. त्यावेळचे त्याचे शब्द मला आठवले, 'या पोरीला फुकट दूध देतेस नि मला मात्र दारूला पैसे देत नाहीस!'

या दुसऱ्या आठवणीने माझ्या मनाचा क्षणभर थरकाप झाला. वाटले स्त्रीचा जन्म दु:खाकरिताच आहे! घर हे नवऱ्याच्या दृष्टीने राज्य असेल, पण बायकोच्या दृष्टीने तो तुरुंगच असतो एक! राजाने कसे वागावे हे ठरविण्याचा अधिकार जसा तुरुंगातल्या कैद्याला असत नाही...

येऊन किती दिवस झाले तरी मी बायाला भेटले नव्हते. माझी मलाच लाज वाटली. अंथरुणावरून झटकन उठून मी धावतच सोप्यावर गेले.

बायाने प्रथम माझ्याकडे टक लावून पाहिले; मग ती स्वत:शीच हसली. तिच्या त्या हसण्यातून वात्सल्य अगदी ओसंडून जात होते. ''माझ्या घरी दूध प्यायला केव्हा येणार बाई?'' तिने प्रश्न केला. क्षणभर माझे बाळपण परत आल्यासारखे वाटले मला! ''आज नाही तर उद्या तुझ्याकडे येते!'' असे मी कबूल केले तेव्हा कुठे दुधाचे भांडे उचलून ती चालू लागली.

बाया दृष्टिआड झाली; पण कितीतरी वेळ माझे मन तिचा विचार करीत होते. चाळिशी उलटून गेलेल्या बायाच्या मुद्रेवर जो आनंद होता, तो ऐन पंचविशीत माझ्या वाट्याला का येऊ नये? गरिबी, मुलाबाळांच्या खस्ता, कष्टाची कामे- या

सर्वांतही मनुष्य सुखी राहू शकेल; पण दारूबाज नवऱ्याच्या संसारात स्त्रीला सुख कुठून मिळणार?

पण बाया तर आनंदी दिसत होती. परसूची दारू सुटलीबिटली असेल काय?

माझे मलाच हसू आले. चांगल्या शिकल्यासवरलेल्या माणसांची दारू सुटणे किती कठीण आहे हे मी डोळ्यांनी पाहत होते. अशा स्थितीत परसूसारख्या खेडवळाची दारू सुटली असेल अशी कल्पना करण्यात काय अर्थ होता!

* * *

परसूविषयीच्या या कुतूहलामुळे असो अथवा आपले दु:ख बायापाशी सांगितले तर ते थोडेतरी हलके होईल या कल्पनेमुळे असो, आठ वाजता मी बायाच्या घराकडे जायला निघाले.

वाटेतच मला परसू भेटला. कुणातरी उतारूची ट्रंक तो डोक्यावरून घेऊन जात होता. 'तुझ्याच घरी चालतेय!' असे मी सांगताच तो मनापासून हसला.

तो किंचित पुढे गेला. मी त्याच्याकडे पाहतच होते. त्याच्या उघड्या पाठीवर एकदम दोनतीन वळ मला दिसले. लहानपणी मी परसूला पुष्कळ वेळा उघडा पाहिला होता. पण त्याच्या पाठीवर असले वळ पाहिल्याचे काही मला आठवेना.

मी लगबगीने त्याच्या मागून गेले. मला पाहताच तो थांबला. मी म्हटले, "परसू, तुझ्या पाठीवर हे वळ कुठून आले रे?"

तो नुसता हसला.

मी अधिकच गोंधळले. माझ्या मुद्रेकडे पाहून तो म्हणाला, "सरकारी बक्षीस आहे हे ताई!"

आता माझ्या ध्यानात आले- मिठाच्या कायदेभंगाच्या वेळी या गावातली खूप माणसे तुरुंगात गेली होती. परसूही त्यात असला पाहिजे. तुरुंगात कुठल्या तरी निमित्ताने त्याने फटके खाल्ले असतील! हे वळ त्या फटक्यांचेच असावेत! 'सरकारी बक्षीस' असे तो म्हणाला ते काही उगीच नाही.

* * *

मी बायाच्या घरी आले तेव्हा ती गुडगुडी साफ करीत बसली होती! गुडगुडीचे काम संपल्यावर तिने बाहेर खोबरेल तेलाची वाटी आणून ठेवली, कांबळ्यावर बसलेल्या मांजराला दूर ठेवून ते झटकले नि ते जमिनीवर नीट घातले.

मी थट्टेने म्हटले-

"कुणी मोठा पाहुणाबिहुणा येणार आहे वाटतं आज?"

"हं!"

"कोण?"

"परसू!"

मी हसू लागले. माझ्याबरोबर तीही हसू लागली.

पण तिने मुंबईच्या गोष्टी काढताच माझे हसू मावळले. तीही गंभीर होऊन ऐकू लागली.

"सरकारनं मुंबईत दारू बंद केलीय; पण आमच्या घरात काही ती बंद होत नाही!" मी सुस्कारा टाकून उद्गारले.

माझ्या पाठीवरून मायेने हात फिरवीत ती म्हणाली, "एका सरकारचं हे काम नाही, पोरी!"

ती काय म्हणत आहे हेच मला कळेना!

"बाहेरच्या मोठ्या सरकारला दुसऱ्या सरकारनं मदत करायला हवी!"

"दुसरं सरकार? कुठलं दुसरं सरकार?"

"तुझ्या घरात तू सरकार आहेस! माझ्या घरात मी आहे! घर बायका चालवतात बाई, पुरुष नाहीत! मलासुद्धा अगदी वाईट प्रसंग आला तेव्हा हे उमजलं!"

तिने आपली सारी कुळकथा मला सांगितली- परसूची तिच्यावर नि मुलांवर खूप माया होती. पण दारू प्याला म्हणजे तो काय करील आणि काय नाही याचा नेम नसे. बाया त्याला भिऊन अगदी नमून वागे. पण त्याचे व्यसन कमी होण्याऐवजी वाढतच गेले.

काहीतरी कारणावरून परसूचे शेजाऱ्याशी वाकडे आले. दारूच्या धुंदीत त्या शेजाऱ्याचे रांगते मूल उचलून विहिरीत टाकायला तो निघाला. काही केल्या तो कुणाला आवरेना! ते पाहून बायाला ब्रह्मांड आठवले. एका बाळजिवाची हत्या! तिरीमिरीने अंगणात पडलेला परसूचा बैलांचा चाबूक तिने उचलला आणि त्याच्यामागे धावत जाऊन त्याच्या पाठीवर तिने सपासप कोरडे उडविले. त्या माराने तो शुद्धीवर आला. मूल खाली ठेवून तो मटकन बसला.

त्या दिवशी बायाला कळून चुकले, की बायको गायीसारखी वागली म्हणून काही नवऱ्याची दारू सुटत नाही. तिने प्रसंगी वाघीणही व्हायला हवे! सरकार नाही का गुन्हेगारांना शिक्षा करीत!

व्यसन सुटावे म्हणून नवऱ्याशी कठोरपणाने वागावे लागले तरी त्याची भरपाई त्याच्या लहानसहान लहरी सांभाळून, त्याला एरवी जेवढे सुख देता येईल तेवढे अगत्याने देऊन बायकोला सहज करता येते.

बायाचे बोलणे संपता संपता परसू आला. स्वच्छ कांबळ्याकडे नजर जाताच त्याला बरे वाटलेसे दिसले. इतक्यात बाया आतून निखारे घेऊन आली.

गुडगुडीचे झुरके घेताना परसूच्या चेहऱ्यावर आनंदाच्या छटा चमकत होत्या.

* * *

बायाकडून परत येताच मी घाईघाईने मुंबईला जायची तयारी करू लागले. हे पाहून आतेला आश्चर्य वाटले. "आलीस तशी चार दिवस राहा ना!" असा आग्रह ती मला करू लागली.

माझी बांधाबांध चालूच आहे असे पाहून ती म्हणाली, "एवढी काय तारीख लागलीय तुझी मुंबईला."

मिनीचे कपडे ट्रंकेत भरीत मी म्हटले,

"तुला कल्पना नाही आते. उद्या संध्याकाळी त्यांना घेऊन सिनेमाला जायचंय! नी दररोज संध्याकाळी त्यांच्याबरोबर दोन तास फिरायला जाणार आहे मी! खाणावळीतून एक वेळचा डबा आणवला म्हणजे झालं. अगदी नुकतं लग्न झालेल्या मुलीसारखी त्यांच्याभोवती नाचत राहणार आहे मी! फिरायला जाताना गजरा घेऊन तो वेणीत घालणार, मधेच त्यांना त्याचा वास देणार, त्यातलं एक फूल काढून त्यांच्या कोटाला लावणार..."

"इश्श!" आत्या उद्गारली.

वडील माणसे ज्या गोष्टीची 'इश्श' म्हणून संभावना करतात, तीच तरुण माणसांना फार आवडते, नाही का? यामुळे हा आतेचा उद्गार मला शुभशकुनासारखा वाटला.

मिनीचा पापा घेत मी तिला म्हटले,

"तुलासुद्धा दररोज काम आहे हं मुंबईला!"

"कसलं?"

"ते कचेरीतून आले, की धावत जाऊन त्यांना मिठी मारायची, पापे द्यायचे, त्यांच्याशी खेळायचं..."

मिनी मोठ्याने हसली.

पोरटीचे हसणे हुबेहूब त्यांच्यासारखे असल्यामुळे स्वारीच हसत आहे असा मला भास झाला.

/

पिंजऱ्याबाहेर

'मालती फार आजारी आहे. तत्काळ निघा.

- बाबासाहेब कामत'

छे! मला क्षणभर वाटले, आपल्याला एखादे स्वप्न पडत आहे.

पण माझ्या डोळ्यांपुढे तारेचा पिवळा लिफाफा पडला होता. माझ्या हातात तारेचा अगदी फिक्कट अशा गुलाबी रंगाचा कागद होता.

मनात विचार आला- पोस्टखाते तारांना असल्याच रंगाचा कागद का वापरते? कागदाच्या या फिक्कटपणाशी कारुण्याचा काही संबंध आहे का? तारखात्यावर चांगल्या बातम्यांपेक्षा वाईट बातम्या पोचवण्याचेच प्रसंग अधिक येत असावेत, त्यामुळे...

पण मालती आजारी आहे म्हणून बाबासाहेबांनी मला का तार करावी? कलकत्त्यात काय डॉक्टरांना तोटा आहे? आणि बाबासाहेबांनी तार केली म्हणून मिळेल ती गाडी पकडून मी लगेच कलकत्त्याला जावे असे त्यांनी माझ्यावर काय उपकार केले होते? एम.बी.बी.एस. झाल्यावर मालतीशी पुनर्विवाह करण्याची इच्छा मी प्रदर्शित केली आणि या म्हाताऱ्याने...

दहा वर्षांपूर्वीचा तो विलक्षण प्रसंग माझ्या डोळ्यांपुढे उभा राहिला. मनाच्या जखमा आतून नेहमी ओल्या असतात हेच खरे! या दहा वर्षांत परदेशात जाऊन मानसशास्त्राच्या दृष्टीने रोगचिकित्सा कशी करायची हे मी शिकून आलो. प्रॅक्टिसला सुरुवात केली न केली तोच माझी यशस्वी डॉक्टरांत गणना होऊ लागली. मालतीपेक्षाही सुंदर अशी मुलगी माझी पत्नी झाली. लग्नानंतर काही दिवस निद्रित पत्नीच्या मुखाकडे पाहता पाहता मला मालतीची आठवण होई; पण लवकरच मालतीच्या आकृतीच्या माझ्या मनातल्या रेषा अंधूक होऊ लागल्या आणि पुढे मुले होऊन घराला गोकुळाचे स्वरूप प्राप्त झाल्यावर तर मालती हे माझ्या जीवनातले एक क्षणिक स्वप्न होते असेच मला वाटू लागले.

पण बाबासाहेबांच्या तारेने या स्वप्नातल्या कितीतरी गोष्टी मला आठवू लागल्या. मात्र गुलाबांच्या पाकळ्या झडून जाऊन त्यांचे काटे मागे राहावेत अशी यौवनस्वप्नातल्या त्या स्मृतींची स्थिती झाली होती!

मालतीची आणि माझी पहिली भेट झाली, त्यावेळी आम्ही एकमेकांकडे कशी लाजून पाहत होतो हे आता काही केल्या मला आठवेना!

पण माझ्या मागणीला नकार देताना बाबासाहेबांनी दिलेले ते व्याख्यान-त्यातला शब्द न शब्द माझ्या कानात घुमू लागला.

'मालतीला समाजाची सेवा करायचीय. लग्न करून मुले सांभाळत बसणाऱ्या पुष्कळ बायका देशात आहेत! आज देशाला कशाची जरुरी असेल तर ती लग्न न करणाऱ्या स्त्रियांची!'

बाबासाहेबांपुढे ब्र काढण्याची छाती नसल्यामुळे मालती मुखस्तंभासारखी बसली होती. मलाही काय बोलावे हे सुचेना. पण माझ्या तोंडातून विरोधाचे चारदोन शब्द बाहेर पडताच बाबासाहेब उसळून उद्गारले, 'तुमचे तरुण लोकांचे सारे तत्त्वज्ञान मला माहीत आहे. तुम्हाला लग्नावाचून दुसरं काय सुचतंय?'

मालती अवघी वर्षाची असताना तिची आई वारली होती. तिचा थोरला भाऊ पाच वर्षांचा होता तेव्हा! आपल्या दोन्ही मुलांना सावत्रपणाचा जाच होऊ नये म्हणून बाबासाहेबांनी पुन्हा लग्न केले नाही. त्यांचे चरित्र धुतल्या तांदळासारखे आहे हे त्यांच्या शत्रूंनीसुद्धा कबूल केले असते. त्यामुळे त्यांच्याशी बोलताना मनाला एक प्रकारचे भयच वाटे. त्यावेळी मी निरुत्तर झालो, याचे कारणही हेच होते.

बाबासाहेब मालतीकडे अभिमानाने पाहून मला म्हणाले होते, 'मालती माझी मुलगी आहे हे लक्षात ठेवा!'

अश्रुपूर्ण दृष्टीने मालतीचा शेवटचा निरोप घेताना एकच प्रश्न राहून राहून माझ्या मनाला अस्वस्थ करीत होता- मालतीने आपले जीवन कसे घालवावे हे ठरविण्याचा हक्क कुणाला आहे? मालतीला की बाबासाहेबांना? समाजसेवा हे पुण्य आहे; पण लग्न म्हणजे काही पाप नव्हे! ज्या मालतीकडे पाहून बाबासाहेब 'ही माझी मुलगी आहे' असे अभिमानाने म्हणाले होते, ती त्यांना लग्न केल्यामुळेच झाली होती ना? बाबासाहेबांनी लग्नच केले नसते तर? या प्रश्नाचे त्यावेळीही मला हसू आले होते. बाबासाहेबांनी लग्न केले नसते तर त्यांना 'ही माझी मुलगी आहे' असे अभिमानाने म्हणता आले नसते हे खरे; पण मग मी तरी त्यांच्याकडे कशाला गेलो असतो?

त्या मनोभंगामुळे मी मद्यपान सुरू केले नाही किंवा दाढीही वाढविली नाही. उलट अंतरीची व्यथा विसरण्याकरिता जोराने पुढल्या अभ्यासाला सुरुवात केली. सकाळपासून रात्रीपर्यंत कामाचा चरक असा फिरत असे, की आपले दु:ख उगाळीत

बसायला मनाला वेळच मिळत नसे. जखमा झालेला शिपाई लढत कसा राहतो हे लहानपणी मला पडलेले कोडे त्या अनुभवाने सुटले. क्लोरोफॉर्मच्या गुंगीत रोग्याला शस्त्रक्रियेची जाणीव कुठे होते? लढणाऱ्या शिपायाच्या मनालाही अशीच एक धुंदी येत असते; पण धुंदीत त्याला जखमांच्या वेदना जाणवतच नाहीत.

मात्र रात्री अंथरुणाला पाठ टेकल्यावर झोप येईपर्यंत जी पाच मिनिटे जात, त्या अवधीत मालतीची मूर्ती माझ्या डोळ्यांपुढे उभी राही.

त्या मालतीकडे पाहून मला स्वतःच्या मनोभंगापेक्षाही दुसऱ्याच एका गोष्टीचे अधिक वाईट वाटे. मालतीला तिच्या वडिलांनी लहानाची मोठी केली असेल, तिच्यासाठी खूप खस्ताही खाल्ल्या असतील; पण एवढ्यामुळे तिने आयुष्यात काय करावे आणि काय करू नये हे ठरविण्याचा सर्वाधिकार त्यांनी आपल्या हाती घ्यावा हा एक प्रकारचा जुलूमच नाही का?

ज्वालामुखीचा स्फोट झाला म्हणजे त्यातून जसा उष्ण लाव्हा वाहू लागतो, तशा अनेक जळत्या कल्पना पाच मिनिटांत माझ्या डोळ्यांपुढून नाचत जात.

मला वाटे, निरपेक्ष प्रीतीपेक्षा दुसऱ्यावर सत्ता गाजविण्याची इच्छाच मनुष्याच्या मनात अधिक प्रभावी असते! याला आईबापसुद्धा अपवाद नाहीत!

बाबासाहेबांनी मालतीपासून कृतज्ञतेची अपेक्षा करणे रास्त होते. पण कृतज्ञता म्हणजे काही गुलामगिरी नव्हे!

एका पिढीने आपली मते दुसऱ्या पिढीवर लादणे ही केवढी मोठी चूक आहे! बाबासाहेबांचा मूळ पुरुष असलेला एखादा वसिष्ठ अगर भारद्वाज ऋषी आज त्यांच्यापुढे येऊन उभा राहिला आणि त्याने 'माझ्यासारखा जटाभार तुझ्या डोक्यावर का नाही?' असे बाबासाहेबांना विचारले तर त्याला हे काय उत्तर देतील?

या शेवटच्या विचाराने माझे मलाच हसू येई आणि हसताहसताच मी झोपी जाई. चित्रपट मधेच तुटावा त्याप्रमाणे माझी ही स्मृतिमालिका एकदम भंग पावली. तारेचा कागद मला म्हणत होता- 'लगेच निघा!'

दहा वर्षांपूर्वी मालतीविषयी माझ्या मनात ज्या भावना उचंबळून येत असत, त्यांचा आज कुठेच पत्ता नव्हता!

पण हुरहुरणारे मन म्हणत होते- मालतीला काय होतेय ते तरी पाहू या! ज्या वृक्षाच्या छायेत मनुष्याने काही क्षण आपला प्रवासाचा शीण घालविलेला असतो, तो निष्पर्ण झाल्यावर त्याच्याकडे त्याने ढुंकूनसुद्धा न पाहणे योग्य होईल काय?

मानसशास्त्राचा अभ्यास केलेले माझे मन म्हणत होते- आपण कलकत्त्याला गेलो आणि मालतीला पाहून आपल्या पूर्वीच्या भावना जागृत झाल्या तर? आपण जाऊ नये हेच चांगले.

पण भावनाशील हृदय गुणगुणत होते- ज्या मालतीवर तू काही दिवस

जिवाभावाने प्रेम केलेस, ती अतिशय आजारी असताना तू न जाणे तुला शोभते का? कदाचित तुझ्या दृष्टिभेटीसाठी तिचे प्राण डोळ्यांत येऊन उभे राहिले असतील, आणि तू...

* * *

मी कलकत्त्याला जायची तयारी करीत आहे हे ऐकताच माझ्या पत्नीला मोठे आश्चर्य वाटले. "केस आहे वाटतं?" तिने प्रश्न केला. आपल्या नवऱ्याची कीर्ती बंगालपर्यंत पोहोचल्याचा आनंद तिच्या मुद्रेवर नाचत होता.

खरे बोलणे जवळजवळ अशक्यच होते. कुणाची केस म्हणून तिने विचारले तर?

मी उत्तर दिले, "छे! परवा त्रिपुरीला जायला मिळालं नाही; तेव्हा ऑल इंडिया कॉंग्रेस कमिटीची बैठक तरी बघावी म्हटलं; कलकत्त्याला काय होतंय इकडे साऱ्या देशाचे डोळे लागून राहिले आहेत!"

मला एकदम आलेला राजकारणाचा पुळका तिला कितपत खरा वाटला कुणाला ठाऊक! पण तिने मोठ्या लगबगीने फराळाचे जिन्नस केले. ते डब्यात भरता भरता ती उद्‌गारली, "या निमित्ताने तरी विसावा मिळेल आपल्याला!"

घरातल्या बाळगोपाळ मंडळींनी कलकत्त्याला येण्याचा हट्ट धरला. त्यांची समजूत घालता घालता नाकी नऊ आले अगदी. लाचलुचपतीने त्यांची तोंडे कशीबशी बंद करून मी स्टेशन गाठले.

मात्र गाडीत बसल्यावर त्यांचा तो लाडका हट्ट पुन:पुन्हा माझ्या डोळ्यांपुढे उभा राहू लागला. लग्नानंतर पत्नी माहेरी गेली म्हणजे जसे उदास वाटे, तसे आता मुलांची आठवण होऊन माझे मन खिन्न झाले.

धाकटी मंदा पापा देण्याकरिता तोंडाचा जो चंबू करी, तो आठवून मला वाटले, त्या चंबूत अमृत आहे हेच खरे!

डॉक्टर म्हणून मला कीर्ती मिळाली होती, पैसा मिळाला होता; पण आता प्रवास करताना मला त्या साऱ्या गोष्टींचा विसर पडला. मनुष्याचे सामाजिक मन संतुष्ट झाले, तरी त्याचे वैयक्तिक मन तृप्त झाल्याशिवाय तो सुखी होत नाही असा विचार यावेळी माझ्या मनात चमकून गेला.

कल्याणला माझ्या डब्यात दोन खादीवेषधारी गृहस्थ आले. त्यात एक पंचेवाले होते. दुसरे सुटाबुटात होते. त्यांचे मनोरंजक संभाषण ऐकता ऐकता मला घराचा विसर पडला.

अगदी हमरीतुमरीवर येऊन बोलत होते ते! पंचेवाले उघड उघड गांधींच्या बाजूचे होते. सुटातल्या सद्‌गृहस्थांनी सुभाषबाबूंची कड घेतली होती.

त्यांचे संभाषण ऐकता ऐकता मी पेंगू लागलो; पण एकदम एका खटक्याने माझे डोळे उघडले.

सुभाषबाबूंची वकिली करणारे ते गृहस्थ म्हणत होते, ''गांधींना हजार खून मी माफ करीन! पण त्यांचा एक दोष मात्र...''

''कुठला?'' पंचेवाल्यांनी तिरसटपणाने प्रश्न केला.

''गांधींना गुलाम आवडतात! त्यांना स्वतंत्र बुद्धीची माणसं नकोत!''

पंचेवाल्यांनी रागाने पाठ फिरविल्यामुळे हे संभाषण मधेच थांबले.

पण माझ्या मनात मात्र एक विचारचक्र सुरू झाले.

गांधी आणि हजार खून?

त्या असंबद्ध विचारांच्या लाटांवर तरंगत असताना आपला डोळा केव्हा लागला हे माझे मला कळलेसुद्धा नाही.

मी जागा झालो, तो डब्यात शिरणाऱ्या माणसांच्या कलकलाटीने किंवा स्टेशनवरल्या 'चाय'च्या आरोळ्यांनी नाही, तर एका विचित्र स्वप्नाने! त्या स्वप्नात मालतीचे वडील आणि महात्मा गांधी अगदी जवळ बसून गप्पा छाटीत होते. द्रोणातून शेळीचे दूध पितापिता बाबासाहेब गांधींना म्हणाले, 'हे पाहा मोहनदास, तुमचं नी आमचं तत्त्वज्ञान अगदी एक आहे!'

पुढे गांधी काय बोलले हे ऐकू येण्याच्या आधीच मी जागा झालो होतो.

* * *

कलकत्त्याला बाबासाहेबांच्या बिऱ्हाडी पाऊल टाकल्याबरोबर दारातच मला मालती दिसली.

मी चकित झालो. तारेवरून मालती अगदी अंथरुणाला खिळली असावी असा माझा ग्रह झाला होता.

पण माझ्यापुढे उभी असलेली मालती धडधाकट दिसत होती, चांगली अंगाने सुटलेली होती.

तिने हसून माझे स्वागत केले. मी तिच्याकडे पाहिले. तिची दृष्टी मला जरा विचित्र वाटली. एखाद्या खोल आडात नुसता काळोख दिसावा आणि पाण्याचा मात्र पत्ता असू नये- तसे वाटले तिचे डोळे मला!

''काय होतंय तुला?'' मी विचारले.

''कुणाला? मला? कुणी सांगितले तुम्हाला?'' ती हसली. पण हसता हसता तिची दृष्टी अधिक शून्य झाली.

मी कोड्यात पडलो.

* * *

बाबासाहेबांनी एकांतात नेऊन मला काही गोष्टी सांगितल्या, तेव्हा कुठे मला मालतीच्या आजाराची थोडीशी कल्पना आली.

मालतीच्या भावाला कलकत्त्याच्या बँकेत नोकरी लागली तेव्हा ही सारी मंडळी इकडे आली. मालती एका शाळेत मास्तरीण झाली. पुढे बदली होऊन भाऊ कलकत्त्याबाहेर गेला. पण मालती आपली शाळेत अगदी रमून गेली होती. तिच्यासाठी बाबासाहेबांनीही कलकत्त्यातच राहायचे ठरविले.

सुमारे दोन वर्षांपूर्वी मी दुसऱ्यांदा परदेशी जाऊन मोठी पदवी घेऊन आलो, तेव्हा माझे फोटो बहुतेक वृत्तपत्रांत आले. त्यातला एक फोटो कापून तो फ्रेम करून घेऊन मालतीने त्याची पूजा करायला सुरुवात केली. बाबासाहेबांना त्याचा पत्ता लागला, तोसुद्धा योगायोगाने. कुठल्याशा कपाटाची किल्ली त्यांना हवी होती. मालती घरी नव्हती. हरवलेल्या किल्लीच्या जोडीची किल्ली मालतीच्या जुडग्यात असेल म्हणून त्यांनी तिच्या टेबलाचा खण उघडून पाहिला, तो आत फुले वाहिलेला फोटो!

पुढे काही दिवसांनी मालतीने पहिली शाळा सोडून एका किंडरगार्टन पद्धतीच्या बालक मंदिरात नोकरी धरली.

ही नोकरी धरल्यापासून वर्ष-दीड वर्ष ती अतिशय आनंदात होती. ती मंदिरातील मुलांना खाऊ नेऊन देई आणि त्यांना शिकविलेली गाणी घरी गुणगुणत बसे. गरीब मुलांना कपडे शिवून द्यायला आपल्याला एक यंत्र हवे, असेही तिने वडिलांना सांगितले.

पण गेल्या दोन-तीन महिन्यांत तिची ही आनंदी वृत्ती एकदम बदलली. ती जेवेनाशी झाली. रात्री दोन-दोन वाजेपर्यंत ती जागी राही; पण आता पूर्वीप्रमाणे तिच्या हातात पुस्तक मात्र नसे. चांदणी रात्र असली की, ती खिडक्या लावून घेई. काळोख्या रात्री मात्र खिडक्या उघड्या टाकून ती तासन् तास अंधाराकडे टक लावून पाहत बसे.

पुढेपुढे तर ती वेड्यासारखी वागू लागली. सकाळी उठल्याबरोबर बागेतील फुले तोडण्याऐवजी कळ्या खुडून त्यांचा चोळामोळा करायचा सपाटा तिने सुरू केला. माळ्याची मुलगी एकदा आपली बाहुली बागेत विसरली होती. हिने ती उचलून आपल्या खोलीत नेऊन ठेवली. त्या मुलीने मालतीला आपली बाहुली कुठे सापडली का म्हणून विचारले. मालतीने सरळ 'नाही' म्हणून उत्तर दिले आणि दुसरे दिवशी सकाळी मालतीचे अंथरूण गुंडाळणाऱ्या मोलकरणीला ती बाहुली तिच्या बिछान्यात सापडली.

या दोन-तीन महिन्यांत तिला दोन-चार वेळा फिट्स आल्या. फिटमधून सावध होताना दरवेळी ती माझे नाव घेई.

बाबासाहेबांनी मला तार केली ती अशीच मोठी फिट आली असताना!

* * *

मालतीच्या रोगाचे निदान करणे जितके सोपे होते, तितकेच ते बाबासाहेबांना पटवून देणे कठीण होते.

दहा वर्षांपूर्वी बाबासाहेबांनी मालतीच्या मनाला आपल्या विचारांच्या साखळदंडांनी जखडून टाकले. पण गुलामाचे हातपाय बांधता आले तरी त्याचे मन काही बांधून ठेवता येत नाही हा अनुभव त्यांनाही यायचा होता.

पूर्वीची शाळा सोडून बालक मंदिरात मालतीने नोकरी धरली, ती वात्सल्याची अतृप्त तहान भागविण्याकरताच असली पाहिजे. पण काही दिवस तिथल्या मुलांत ती रमली आणि मग असे वेड्यासारखे चाळे करू लागली याचे कारण काय असावे? तिच्या मनाला धक्का देणारी गोष्ट मध्यंतरी घडली असेल का?

काय बरे असावी ती गोष्ट?

हा मधला दुवा मिळेपर्यंत बाबासाहेबांजवळ काही बोलायचे नाही असे मी ठरविले. एवीतेवी इतका लांब आलो होतो. तेव्हा कलकत्ता पाहावे, ऑल इंडिया काँग्रेस कमिटीच्या बैठकीला प्रेक्षक म्हणून जाऊन सर्व पुढाऱ्यांचे दर्शन घ्यावे आणि मालतीच्या रोगाचे निदान बाबासाहेबांना सांगून परत कूच करावे, असे मी ठरविले.

* * *

एखाद्या देवळात देवदर्शनाला जावे आणि तेथे बडवे व भक्त यांची मारामारी पाहायला मिळावी तसे काहीतरी वाटू लागले मला ते दृश्य पाहून.

राजेंद्रबाबूंसारखा सालस पुढारी, पण त्यांचे भाषण ऐकून घ्यायला प्रेक्षक तयार होईनात!

"आम्हाला हाकलून दिल्याशिवाय आम्ही सभेचे काम पुढे चालू देणार नाही", असेही कित्येकांनी ओरडून सांगितले. मंडपातून बाहेर पडताना तर दंग्याला ऊतच आला. पुढाऱ्यांना गराडा घालणे, धक्काबुक्की करणे, दगड फेकणे- बेफाम झालेल्या त्या प्रेक्षकांचा मला असा राग आला!

पण एका पार्कमध्ये जाऊन स्वस्थ बसल्यावर मात्र माझ्या मनात निराळे विचार येऊ लागले.

प्रेक्षकांचा राग राजेंद्रबाबूंवर नव्हता; सुभाषबाबूंना राजीनामा द्यायला लावणाऱ्या परिस्थितीवर- त्या परिस्थितीमागे असलेल्या संकुचित मनोवृत्तीवर होता.

गांधींच्या इच्छेविरुद्ध सुभाषबाबू त्रिपुरीला अध्यक्ष झाले म्हणूनच हा प्रसंग त्यांच्यावर आला. याचा अर्थ-

याचा अर्थ उघड होता. त्या दिवशी डब्यात मी जे वाक्य ऐकले होते तेच खरे आहे- 'गांधींना गुलाम आवडतात!'

म्हणजे स्वातंत्र्यासाठी अवतरलेल्या महात्म्यांच्या अंतरंगातसुद्धा स्वामित्व

गाजविण्याची भावना असतेच म्हणायची!

पण जगात कुणालाही जन्मभर गुलाम राहण्याची इच्छा नसते. सुभाषबाबूंच्या हवाली राजकारणाची सूत्रे करून नि त्यांना सहकार्याचे आश्वासन देऊन गांधी आपल्या चरखा, खादी आणि मंडळीकडे वळले असते तर...

तर प्रेक्षकांनी 'महात्मा गांधीकी जय' अशा आरोळ्यांनी सारा मंडप दुमदुमवून सोडला असता.

वैयक्तिक सभ्यतेच्या दृष्टीने प्रेक्षकांचा तो दंगा वाईट होता; पण गुलामगिरीविरुद्ध बंड पुकारण्याच्या हक्काच्या दृष्टीने...

जो हक्क मालतीचे मन विकृत रीतीने बजावू लागले होते, तोच हक्क प्रेक्षकांनीही विकृत पद्धतीने बजावला होता.

गुलामांच्या विकृत वर्तनाची जबाबदारी कुणावर? गुलामांवर की त्यांना गुलाम ठेवणाऱ्या लोकांवर?

माझ्या मनात विलक्षण वादळ सुरू झाले. पर्वतप्राय लाटांप्रमाणे विचार उठू लागले. मला वाटले, जगातून गुलामगिरीचा नायनाट झाला आहे ही गोष्ट अगदी खोटी! जुन्या काळाच्या गुलामगिरीने आता सभ्य स्वरूप धारण केले आहे एवढेच! पण सोन्याच्या पेल्यातून विष दिले म्हणून काही ते पिणारा मेल्यावाचून राहत नाही.

मी बिऱ्हाडी जायला निघालो तेव्हा खूप काळोख पडला होता. एका कोपऱ्यावरल्या हॉटेलात एक रेकॉर्ड लागली होती. गाण्याचे सूर बरे वाटले म्हणून मी थांबलो. गायिका- शांता आपटेच असावी ती- गात होती- 'है दुनिया मे पाप गुलामी...'

* * *

बिऱ्हाडी आलो तो बाबासाहेब मालतीला शोधायला बाहेर गेले आहेत असे कळले. ती जी संध्याकाळी फिरायला म्हणून बाहेर गेली होती, ती अद्यापि परतच आली नव्हती!

बाबासाहेब येईपर्यंतचा एक तास मला अगदी युगासारखा वाटला. मी खिडकीतून बाहेरच्या काळोखाकडे पाहत उभा होतो. आजच्या बैठकीतला प्रेक्षकांचा तो दंगा आणि मालतीचे हे नाहीसे होणे यात काहीतरी साम्य आहे असे मला वाटू लागले.

बाबासाहेब आले ते थेट माझ्या खोलीत! अगदी निराश होऊन आले होते ते. मालतीचा कुठेच पत्ता नव्हता!

वादळात उन्मळून पडणाऱ्या एखाद्या जीर्ण वृक्षाप्रमाणे ते आरामखुर्चीत पडले. डोळे पुसून घोगऱ्या स्वराने ते म्हणाले, "तार तरी करून बघू या. लिहिता का जरा?"

लिहिण्यासाठी म्हणून मी टेबलाकडे गेलो, तो तेथे एक पाकीट पडलेले दिसले. संध्याकाळच्या डाकेने घरचे पत्र आले असेल अशा समजुतीने मी ते

उघडले. 'मंदा तुमची फार फार आठवण काढते' असे बायकोने पत्राच्या शेवटी लिहिले असेल म्हणून मी अगदी खाली पाहिले. तेथे सही होती-

'मालती.'

गोंधळलेल्या मन:स्थितीत मी ते पत्र वाचू लागलो.

माझ्या नावापूर्वी 'प्रिय' शब्द घालून तो तिने खोडला होता. एखाद्या वीज पडलेल्या घरासारखा वाटला तो मला.

'मी आज हे घर सोडून जात आहे, मी गेल्यामुळे बाबांना फार फार वाईट वाटेल. पुष्कळ वर्षे पाळलेला पोपट पिंजऱ्यातून उडून गेला म्हणजे त्याचा धनीसुद्धा रडतो. नाही का? बाबांनाही तसेच दु:ख होईल.

दहा वर्षांपूर्वी बाबांनी मला लग्नाची परवानगी दिली असती तर? मी सुखी झाले असते; पण त्यांना मात्र एका गुलामाला मुकावे लागले असते.

त्यावेळी भित्रेपणाने मी बाबांचे म्हणणे मान्य केले, पण शाळेत शिक्षकीण झाल्यावर लवकरच मला कळून चुकले, की माझ्यासारखी माणसे नुसत्या भक्तीवर जगू शकत नाहीत. त्यांना प्रीतीही हवी! भक्ती हे आयुष्याच्या वेलीला येणारे फूल आहे. पण प्रीती हे त्या वेलीच्या मुळांना जगविणारे पाणी आहे.

अधिक लिहून काय करायचेय? तुम्ही डॉक्टर आहात. मानसशास्त्राच्या दृष्टीने रोगांचा विचार करायला शिकला आहात. माझ्याबरोबरीच्या शिक्षकिणींची लग्ने होऊ लागली, माझ्या हाताखाली शिकलेल्या मुली आपली बाळसेदार मुले पाहायला मला घरी बोलावू लागल्या, तेव्हा माझ्या मनाची काय स्थिती झाली असेल याची तुम्हाला सहज कल्पना करता येईल.

स्वप्नांनी तर मला अगदी भंडावून सोडले. एखादे वेळी कुणीतरी 'आई' म्हणून मला हाक मारली आहे असा भास होई, तर एखादे वेळी मी पदराखाली मूल घेऊन बसले आहे असे दृश्य दिसे. एकदा स्वप्नातून मी किंचाळतच जागी झाले. बाबा धावून आले. त्यांनी 'काय झालं?' म्हणून मला विचारले. पण कोणत्या तोंडाने मी मला पडलेले स्वप्न त्यांना सांगायचे? त्या स्वप्नात एक डॉक्टर मला म्हणत होते- 'मूल कापून काढल्याशिवाय तुमची सुटका होणार नाही.'

दादा येथे होता तोपर्यंत वहिनीशी बोलण्यात आणि तिच्या मुलांशी खेळण्यात माझा वेळ जाई; पण दादाची बदली झाल्यावर मी एकटी पडले आणि मग... बाबांची ज्ञानेश्वरी आणि थिऑसफी यात माझे मन थोडेच रमणार होते!

लहान मुलांत मिसळले म्हणजे बरे वाटेल, म्हणून मी बालक मंदिरात नोकरी धरली. माझ्या आयुष्याच्या बागेत फुले फुलली असे मला त्यावेळी वाटले.

पण मुलांच्या या निकट सहवासाने आपल्याला मूल नाही ही जाणीव मला तीव्रतेने होऊ लागली. बालक मंदिरात मालकांची मुले पोहोचवायला येणाऱ्या एका

गरीब बाईच्या मुलावर मी माया करू लागले. चार-सहा महिन्यांत ते मूल माझा जीव की प्राण होऊन बसले. एखाद्या वेळी मी त्याला घरीसुद्धा घेऊन येत असे; पण काही दिवसांनी त्या बाईने ती नोकरी सोडली. ती परगावी जाणार होती. माझ्यापाशी मूल ठेवण्याबद्दल मी तिच्या विनवण्या केल्या. तिने उत्तर दिले- 'नऊ महिने पोटात वाढवलंय मी याला. जीव देईन, पण...

त्या दिवशी रात्री मला पहिली फिट आली.

बाबांना म्हणावे- मालतीची जगण्याची इच्छा आहे म्हणून ती बाहेर जात आहे. तुम्ही तिच्यावर फार फार प्रेम केलेत हे ती विसरली नाही. पण ते प्रेम करण्यासाठी तुम्ही तिला पिंजऱ्यात ठेवलेत. तेवढा पिंजरा नसता तर...

पुढे काय करायचे ते मी अजून ठरविले नाही. पण मी दादाकडे जाणार नाही. आज ना उद्या तिथेही माझ्याभोवती एखादा सोन्याचा पिंजरा निर्माण होईल.

कुठेतरी स्थिर झाले, की खुशालीचे पत्र पाठवीन असे बाबांना सांगा.'

* * *

भुसावळ स्टेशन मागे पडल्यावर माझा डोळा लागला; पण लवकरच मी जागा झालो. किती विचित्र स्वप्न पडले होते मला!

बाबासाहेब आणि गांधीजी गप्पा छाटीत बसले आहेत, समोर शेळीच्या दुधाने भरलेले द्रोण आहेत, गांधीजी बाबासाहेबांना दूध घेण्याचा आग्रह करीत आहेत; पण बाबासाहेब म्हणतात, 'काय थंडी पडली आहे बाहेर! हे दूध नको बुवा आपल्याला!' गांधीजी आश्चर्याने विचारतात, 'मग काय हवं?'

'चहा!'

यापुढचे गांधीजींचे बोलणे ऐकण्याची फार इच्छा होती, पण ते काहीच बोलले नाहीत. मला वाटले, सोमवार सुरू झाला असावा, तेव्हा मौनव्रत पाळण्याकरिता गांधीजी गप्प बसले असतील.

इतक्यात खणूकन कसला तरी आवाज झाला. मी पाहिले, तो गांधीजी हातातील सोटा जमिनीवर आपटीत आहेत- बहुधा दांडी सत्याग्रहाच्या वेळचा असावा तो!

पण तो आवाज सोट्याचा नव्हता. गाडी एका स्टेशनात येऊन उभी राहिली तेव्हाचा धक्का होतो तो!

गाडी लगेच सुरू झाली. तिच्या चाकांतून आवाज ऐकू येत होता- पिंजऱ्याबाहेर... पिंजऱ्याबाहेर...

दादू

त्या दोन खोल्या काही विशेष मोठ्या नव्हत्या. पण स्वतंत्र जागा, समोर छोटीशी बाग, बागेच्या मध्यभागी हवे तेव्हा पाणी देणारा पंप, एका फर्लांगाच्या अंतरावर असलेला विस्तीर्ण माळ, त्या माळावरून दूर दिसणारे देवळाचे रेखीव दृश्य... एलएल.बी.चा अभ्यास करायला मी आलो होतो खरा! पण माझी विशी नुकतीच मागे पडली होती! मग कायद्यापेक्षा काव्याचा पगडा माझ्या मनावर अधिक असावा यात नवल कसले?

खोल्या दाखवणाऱ्या मालकाला मी म्हटले, ''जागा पसंत आहे आपल्याला. हे घ्या आठ रुपये!''

मी पाकीट उघडू लागलो.

''आठाला जागा देणं पुरवणार नाही आम्हाला.''

''पण मागं जे विद्यार्थी राहत होते ते आठच देत होते.''

''पण... पण बागेसाठी माळी ठेवावा लागतो, पंपाला मधनं मधनं तेल घालावं लागतं...''

बागेत पसरलेल्या वाळूचे पैसेसुद्धा तो माझ्याकडून वसूल करून घेणार की काय हे मला कळेना!

त्याने दहा रुपये भाडे सांगितले. मुलगी पाहायला गेल्यावर ती आवडली तरी मुद्रेवर तसे दाखवू नये; नाहीतर हुंड्याचा भाव एकदम घटतो, असे माझा एक मित्र नेहमी म्हणत असे. जागा आवडल्याचे दाखविले की, तिचा भाव चढतो ही त्या सुभाषिताची दुसरी बाजू आता माझ्या अनुभवाला येत होती.

हो नाही करता करता नऊ रुपयांवर आमची तडजोड झाली.

''या खोल्यांचा आणखी एक फायदा आहे तुम्हाला.'' मालक खेळीमेळीने म्हणाले.

भाड्यात रुपया वाढवून पाहण्याची प्रस्तावना पुन्हा सुरू झाली की काय हे

मला कळेना. मी मुकाट्याने ऐकू लागलो.

"इथं गावाबाहेर गडी मिळताना मारामार होते. पण या खोल्यांचं नशीब मोठं चांगलं आहे."

लग्नापासून वर्तमानपत्रांपर्यंत ज्योतिषाचा सुळसुळाट मी सर्वत्र पाहत आलो होतो. ती साथ भाड्याने द्यायच्या खोल्यांपर्यंत येऊन पोहोचली की काय अशी मला शंका आली. या खोल्यांची रास कोणती असावी याचा मी विचार करू लागलो. पण पुढल्याच वाक्याने माझ्या शंकेचे निरसन झाले.

मालक म्हणाले, "या खोल्या झाल्यापासनं एलएल.बी.च्या विद्यार्थ्यांशिवाय त्यात दुसरं कुणी राहिलं नाही नि दादूशिवाय त्या विद्यार्थ्यांचं कामही दुसऱ्या कुणी केलं नाही. तीन रुपये नि उरलंसुरलेलं अन्न एवढ्यावर खूश असतो तो."

* * *

दादू ही कसली वल्ली आहे हे पाहण्याची उत्सुकता माझ्या मनात उत्पन्न झाली.

नोकरी आणि नटी एके ठिकाणी फार दिवस काम करीत नाहीत, हा तर जगाचा नेहमीचा अनुभव आहे!

या नियमाला अपवाद असणारा हा दादू- कसा बरे दिसत असेल तो?

* * *

दादू समोर उभा राहीपर्यंत माझ्या मनाने त्याच्याविषयी इतक्या कल्पना केल्या की...

दादू दिसताच कल्पनाशक्ती हा देवाने मनुष्याला दिलेला सर्वांत मोठा शाप आहे या उक्तीची मला खात्री पटली.

संध्याकाळी रस्त्याने जाताना तो जर माझ्या अंगावरून गेला असता, तर एक दारुड्या म्हणूनच मी त्याच्याकडे पाहिले असते.

एक खांदा विचित्र रीतीने उडवीत चालण्याची त्याला लकब होती. त्यामुळे तो माझ्यापुढे येऊन उभा राहिला, तेव्हा त्याचे चालणे मला झिंगलेल्या माणसासारखे वाटले. स्वारीने अंगात नुसता एक फाटका कोट घातला होता. त्या कोटाला बटणे तरी असावीत? अगदीच मॅडमुल्ला दिसत होता तो! त्याच्या उघड्या छातीवर पिकलेल्या केसांचा एक पुंजका मधेच उठून दिसत होता! तो पाहून वाळलेल्या गवताची आठवण झाली मला!

वाढलेली दाढी खाजवीत खाजवीत तो माझ्याशी बोलू लागला, तेव्हा माझ्या मनात आले- या बावळट म्हाताऱ्याला आपण गडी म्हणून ठेवणे महामूर्खपणाचे

होईल. कॉलेजातले दोस्त वेळी-अवेळी चहा प्यायला आपल्याकडे येणार! हे ध्यान पाहून आपली नाही नाही ती थट्टा केल्याशिवाय कधीही राहणार नाहीत ते! तो केश्या रानडे तर मुलखाचा फटकळ आहे! दादूच्या अवतारावर काहीतरी भलतीच कोटी करायचा तो! नि तो जहागीरदाराचा मुलगा तर आपल्याच वर्गात येणार आहे. क्रिकेटच्या शोकामुळे त्याची नि आपली लवकरच ओळख होईल. त्याचे आपल्याकडे येणे-जाणे सुरू झाल्यावर या दादूसारख्या आचरटाच्या हातून त्याची उठबस कशी होणार?

हे सारे विचार क्षणार्धात मनात येऊन गेले. पण 'मला तुझ्यासारखा गडी नकोय' असे दादूच्या तोंडावर सांगायचे माझ्या जिवावर आले.

म्हाताऱ्या माणसांचे चेहरे किती केविलवाणे दिसतात!

ही बावळट पीडा चुकवायची एक नवीन युक्ती मला सुचली. मालकाने जाता जाता भाड्यात एक रुपया वाढविलाच होता. तसाच दादूही काहीतरी भरमसाट पगार मागेल. गतवर्षाचे विद्यार्थी त्याला तीन रुपये देत होते हे मघाशी मालकाकडून आपल्याला कळलेच आहे. तेव्हा दादूने चार किंवा पाच रुपये मागितले, की तुझ्यासारखा लबाड मनुष्य मला नको असे आपल्याला सहजच म्हणता येईल!

असा पोक्त विचार करून मी दादूला म्हटले, "मी सांगेन ते काम करावं लागेल तुला!"

त्याने मोठ्या आनंदाने मान डोलावली.

"पगार काय घेणार तू?" मी प्रश्न केला.

त्याने हसत उत्तर दिले, "मागचे साहेब देत होते तेवढाच द्या!"

"अरे, पण तेवढा म्हणजे किती?" आता चोर बरोबर सापडणार या कल्पनेने मी हसत हसत विचारले.

"तीन रुपये देत होते!" दादूने उत्तर दिले.

मी चकित झालो. खोल्यांच्या श्रीमंत मालकामध्ये जो प्रामाणिकपणा नव्हता, तो या अडाणी गड्यात दिसताच माझ्या मनात एक कसली तरी उज्ज्वल छटा चमकून गेली.

मी काहीच बोलत नाही असे पाहून दादू म्हणाला, "पावणेतीन रुपयांवरसुद्धा राहीन मी, साहेब!"

ती वाढलेली दाढी, तो सुरकुतलेला चेहरा, उघड्या छातीवरला तो पांढऱ्या केसांचा विचित्र पुंजका- ह्या साऱ्या कुरूपतेच्या आड एक प्रकारचे माधुर्य आहे, असा मला भास झाला.

* * *

हा भास क्षणिक नव्हता.

'मी सांगेन ते काम करायला हवं' असे कामावर ठेवताना मी दादूला बजावले होते. पण मला त्याला काही सांगण्याचा प्रसंगच येत नसे. अनेक वर्षे माझ्याच वयाच्या विद्यार्थ्यांचे काम केल्यामुळे माझ्या आवडी-निवडी, सोयी-गैरसोयी सारे काही त्याला न सांगताच कळे. मी सकाळी उठण्याच्या आधीच गवळ्याच्या घरून तो दूध घेऊन येई. मी उठून चूळ भरायला लागलो की, दादूचा स्टोव्ह फुरफुरू लागलाच! मला चहात कमी साखर लागते हे त्याला दुसऱ्यांदा काही सांगावे लागले नाही.

परिटाकडे कपडे देणे, ते परत आले म्हणजे मोजून घेणे, खाणावळीतून वेळेवर डबा घेऊन येणे, मी सकाळी अंघोळ केली नसली तर संध्याकाळच्या चहाच्या वेळी मला पाणी तापवून देणे, माझ्याकडे बसायला मंडळी आली की, मुकाट्याने जाऊन सिगारेटची एकदोन पाकिटे आणणे, सारे कसे एखाद्या यंत्रासारखे बिनचूक करीत असे तो!

मला काडीचाही त्रास होऊ नये म्हणून तो जी धडपड करी ती पाहिली की, मला आईची आठवण होई!

दादू पंपाचे पाणी काढू लागला की, माझ्या मनात येई- या खडकाळ जागेच्या पोटात जसा पाण्याचा झरा आहे, त्याप्रमाणे वरून रूक्ष दिसणाऱ्या दादूच्या अंतःकरणातही एक गोड गोड झरा आहे.

पंपापलीकडे बागेच्या कोपऱ्यात कडुलिंबाचे झाड होते. त्याच्याकडे लक्ष गेले म्हणजे मला वाटे- सृष्टीचे खेळ किती विचित्र आहेत! या कडुलिंबाची पालवी मोठी नाजूक नि सुंदर दिसते! उन्हाच्या वेळी या झाडाच्या सावलीत किती मौज वाटते! असल्या सुंदर झाडाची पाने कडू असावीत आणि वरून कुरूप दिसणाऱ्या दादूचे अंतःकरण इतके प्रेमळ असावे, ही केवढी नवलाची गोष्ट आहे!

दादूने माझी सर्व माहिती केव्हाच काढून घेतली होती! पण स्वतःविषयी फारसा कधी बोलत नसे तो! मात्र एकदोनदा रंगात येऊन त्याने आपली थोडीथोडी माहिती मला सांगितली होती!

त्याचा मुलगा माझ्याएवढा होता. सोलापूरला कुठल्याशा गिरणीत होता तो! दादूचा खेड्यातला जमिनीचा एक तुकडा सावकाराकडे खूप दिवस गहाण पडला होता. म्हातारपणामुळे शेती होईनाशी झाली, तेव्हा बायकोला घेऊन तो इथे आला आणि त्याने मुलाला सोलापूरला पाठविले. फार उशिरा झालेला एकुलता एक मुलगा होता तो त्याचा! "तुम्ही आईबाप सोलापूरला मुलाकडंच का राहत नाही?" म्हणून मी त्याला विचारले, तेव्हा त्याने उत्तर दिले, "इथं सत्तेची झोपडी आहे आमची साहेब! आम्ही दोघं सोलापूरला गेलो की, तिथं पोराचा खर्च वाढणार! मग

तो सावकाराकडली जमीन सोडवून कशी घेणार? बायको इथं मोड विकून चार पैसे मिळवते. सोलापुरात ती काय करणार? तिथं मोड खपतात की नाही देव जाणे! नि सोलापुरात काही कॉलेज नाहीत माझ्यासारख्या म्हाताऱ्याला हवं ते काम मिळायला!''

''पण मुलावाचून कसं करमतं रे तुला?'' मी प्रश्न केला.

''न करमायला काय झालं? साहेब, माझा मुलगा मला सोडून गिरणीत गेलाय, तुम्ही आईबापांना सोडून कॉलेजात आलाय! मी इथं तुमचं काम करतो ना! सोलापुरात कुणीतरी म्हातारी त्याला जेवायला घालीत असेल!''

मोठे विचित्र तत्त्वज्ञान वाटले हे मला! मात्र त्या दिवशी पावणेतीन रुपयांवर माझे काम पत्करायला दादू तयार का झाला होता हे कोडे मला त्यावेळी थोडेसे उलगडले! हा म्हातारा माझ्यासारख्यांचे काम करून मुलाच्या सहवासाची अतृप्त इच्छा अंशत: पूर्ण करून घेत असावा! बिचारा दुधाची तहान पाण्यावर भागवीत होता.

* * *

तीन महिन्यांत दादूची नि माझी कमीत कमी तीन वर्षांची ओळख आहे असे मला वाटू लागले. काही काही विलायती वेलींना अगदी लवकर फुले येतात; नाही? दादूसारख्या माणसांची मनेही तशीच असतात!

क्रिकेट जोरात सुरू झाल्यामुळे कित्येकदा रात्री आठ आठ वाजेपर्यंत मी बिऱ्हाडी येत नसे. पण मला कितीही उशीर झाला तरी ओट्यावर अंधारात दादू माझी वाट पाहत बसलेला असे. ''दिवा लावून बसत जा की!'' असे मी त्याला तीन-चार वेळा सांगितले. पण दरवेळी तो हसून उत्तर देई, ''उगीच बत्ती कशाला जाळायची साहेब?''

एखाद्या दिवशी मला यायला फार उशीर झाला नि डब्यातला भात निवून गेला तर दादू लगेच स्टोव्ह पेटवायला उठे! ''भाताच्या गारगोट्या झाल्यात; साहेब!'' असे त्याने म्हटले, की मी उत्तर देई, ''गारगोटीत विस्तव असतो हे ठाऊक नाही तुला दादू!'' माझ्या बोलण्याचा अर्थ कळला नाही तरी तो म्हणे, ''साहेब, घरी तुमच्या आईसाहेब असला भात तुम्हाला खाऊ देतील का?''

थंडगार झालेला भात स्टोव्हवर तापविला म्हणून त्याला ऊनउनीत भाताची गोडी कशी येणार? पण दादूने ऊन केलेला तो भात खाताना मला फार गोड वाटे- त्या गोडीचा उगम अन्नात नव्हता, दादूच्या स्वभावात होता.

एका आदितवारी दादूची स्वारी मैदानावर दिसली तेव्हा तर मी थक्कच झालो! स्वत:च्या डोळ्यांवर विश्वासच बसेना माझा! रात्री मी त्याला विचारले तेव्हा म्हातारा

पहिल्यांदा लाजेने अगदी चूर झाला. पण थोड्या वेळाने त्याने जे कारण सांगितले-

आदल्या दिवशी मी फार चांगला खेळलो होतो. माझ्या एकसष्ट धावांत चारचे आठ टोले होते. दादू सकाळी खाणावळीत डबा आणायला गेला तेव्हा तिथल्या विद्यार्थ्यांत माझ्या पराक्रमाच्याच गोष्टी चालल्या होत्या. त्या ऐकून दादूला वाटले- आपल्या साहेबांच्या खेळाची सारे लोक इतकी स्तुती करतात, तेव्हा आपणही तो एकदा पाहावा!

* * *

सप्टेंबरच्या शेवटच्या आठवड्यात बाहेरगावी एक मॅच ठरली. दादूवर बिऱ्हाड सोपवून मी मॅचला गेलो. जहगीरदार आमचे कॅप्टन होते. माझे बॅटिंग नि त्यांचे बॉलिंग. असा धुव्वा उडविला आम्ही दुसऱ्या बाजूचा!

मॅच जिंकल्यावर फराळाच्या वेळी खूप खाल्ले आम्ही!

परत येताना मी जहागीरदारांच्या कारमध्ये बसलो. आज ते माझ्यावर फार खूश झाले होते. गाडी हाकणे आणि मॅचच्या गप्पा मारणे या दोन गोष्टींपैकी अधिक बेफामपणाने ते कोणती करीत होते, हे सांगणे कठीण होते.

खेळताना मनुष्याला भान नसते. त्यामुळे मॅचच्या श्रमाने माझे अंग किती आंबून गेले आहे याची कल्पना गाडीत बसेपर्यंत मला आली नाही!

मग मात्र अंग असे ठणकू लागले- ताप भरताना माणून जसा अस्वस्थ होतो, तसे वाटू लागले मला.

आम्ही गावापाशी आलो.

जहागीरदारांच्या बंगल्याकडे जाण्याचा रस्ता माझ्या खोल्यांवरूनच होता. माझ्या बिऱ्हाडापाशी मी उतरू लागलो तेव्हा ते म्हणाले, ''आमच्या बंगल्यावर चला की!''

''अंग फार दुखतंय!''

''त्यावर एक उत्तम औषध आहे!''

ते बोलत असताना मी दार उघडून खाली उतरलोही होतो.

लगेच तेही खाली उतरले. ''आपण इथंच गप्पा मारीत बसू या!'' असे ते म्हणाले. तेव्हा मोठा आनंद झाला मला! गेले तीन महिने एके ठिकाणी खेळत असल्यामुळे आमचा चांगलाच परिचय झाला होता. त्यांना खोलीवर चहाला बोलवावे असे कितीदा तरी माझ्या मनात आले होते. पण अजून त्यांना बोलवण्याचा धीर मात्र मला झाला नव्हता!

मी घाईघाईने पुढे झालो. मी दिसताच ओट्यावर बसलेल्या दादूने झटपट उठून खोलीचे कुलूप काढले.

जहागीरदार आत येऊन पलंगावर लवंडले.

अंधार पडू लागला होता, म्हणून मी दिवा लावला.

जहागीरदारांकडे वळून मी म्हटले,

"काय, चहाच घेणार ना?"

"चहा?" ते मोठ्याने हसत म्हणाले, "ही चहाची वेळ नाही, महाराज!" मी स्तब्ध राहिलो.

ते म्हणाले, "माझंसुद्धा अंग दुखतंय! मॅच संपल्यावर खाल्लंही खूप! चहानं नाही बरं वाटणार आता!"

"मग काय आणवू?"

"बीयर!" ते शांतपणाने म्हणाले.

त्यांचा उद्गार ऐकून मला मात्र चमत्कारिक वाटले. माझ्या ओळखीच्या विद्यार्थ्यांपैकी पाचपंचवीसांना बीयरची चव माहीत होती आणि दोघे-तिघे तर ती वारंवार पीत; पण त्यांच्या कुठल्याही मजलसीत मी सामील होत नसल्यामुळे बीयर कुठे मिळते, तिची किंमत काय असते, इत्यादी माहितीपलीकडे माझी गती कधीच गेली नव्हती.

मी काहीच बोलत नाही असे पाहून जहागीरदार म्हणाले, "अगदीच सनातनी आहात बुवा तुम्ही! बीयर घ्यायची नाही तर क्रिकेट कशाला खेळता? विटीदांडूनं खेळावं नि ताक प्यावे! खूप खेळल्यावर बीयरनं असा आराम वाटतो म्हणता!"

मला दोन वर्षांपूर्वीची आठवण झाली. आमच्या कॉलेजमधल्या वाङ्मय मंडळाचे पाहुणे म्हणून एका बड्या साहित्यिकांना बोलाविले होते आम्ही! व्याख्यानानंतर उपाहाराच्या वेळी टेबलावरच्या चहाकॉफीकडे तिरस्काराने पाहत ते म्हणाले होते, "चहा पिण्यापेक्षा बीयर पिणं अधिक चांगले! बीयर ही दारू नाही; ते पेय आहे. बीयरनं प्रकृती कशी ठणठणीत राहते!"

मला मोह पडला. वाटले- आज एकदा बीयर आणावी! जहागीरदाराचे आदरातिथ्य केल्यासारखे होईल आणि आपणही ती थोडी घेतली म्हणून काय होते? आईला कोण कळवायला बसले आहे हे?

मी विचारात पडलो आहे असे पाहून जहागीरदारांनी दादूला हाक मारली.

दादू दारात येऊन उभा राहिला. त्याला तोंडाने सांगण्याचा काही केल्या धीर होईना मला. म्हणून एका चिठ्ठीवर 'बीयरच्या दोन बाटल्या' एवढी अक्षरे मी लिहिली. ती चिठ्ठी आणि पाच रुपयांची नोट दादूच्या हातात देत मी म्हणालो, "जा, लवकर घेऊन ये, जा!"

कुणाच्या दुकानावर जायचे आणि काय आणायचे हेच त्याला कळले नव्हते! तो जागेवरून हलला नाही.

मी बाहेर येऊन दादूच्या कानात हळूच दुकानदाराचे नाव सांगितले.

सापावर पाय पडावा तसा तो दचकला- आणि भूत दिसले तर मनुष्य ज्या दृष्टीने त्याच्याकडे पाहील, त्या दृष्टीने तो माझ्याकडे बघू लागला.

मी म्हटले, "अगदी धावत जा! जहागीरदार आत येऊन बसले आहेत..."

"तो जहागीरदार असेल, नाही तर राजा असेल! तुम्हाला मी दारू आणून देणार नाही!"

दादूची समजूत कशी घालायची हे मला कळेना! बीयर ही दारू नव्हे हे त्या साहित्यिकाचे मत या अडाणी गड्याच्या गळी कसे उतरवायचे? मी तसले काही सांगितले असते, तर दादूने सरळ विचारले असते,

"तुम्ही ज्या बाटल्या आणायला सांगता, त्या दारूच्या दुकानात का विकतात!"

मी हळूच म्हटले "दादू, या महिन्याला तुला एक रुपया जास्ती देईन; मुकाट्यानं जा नि..."

"एक सोडून शंभर रुपये दिलेत तरी..."

त्याने माझी चिठ्ठी आणि नोट फेकून दिली.

मी संतापाने म्हटले, "नोकरीवर ठेवले तेव्हा मी सांगेन ते काम करायचं कबूल केलं होतस तू! ही चिठ्ठी घेऊन आत्ताच्या आत्ता गेलास तर बरं आहे, नाही तर..."

"नाही तर माझी नोकरी जाईल, होय ना? रामराम साहेब. असली कामं करून जगण्यापेक्षा पोटात काटे भरीन! पण..."

त्याचा आवाज घोगरा झाला होता. डोळेही भरून आले होते.

पुढे एक शब्दही न बोलता तो चालू लागला.

त्याच्यासारख्या गरिबाने पावित्र्याची पूजा करावी, त्याच्यासारख्या अडाण्याने अपवित्र वाटणारी गोष्ट करण्यापेक्षा उपाशी मरणे बरे अशी श्रद्धा बाळगावी आणि माझ्यासारख्या सुखवस्तू सुशिक्षिताने...

माझी मलाच लाज वाटू लागली. मी धावत गेलो. दादू फाटक उघडीत होता. त्याचा हात धरून म्हटले, "दादू, कुठं चाललास?"

"तुमच्या आईसाहेबांकडं!"

"माझ्या आईकडं?"

"हो!"

"कशाला?"

"त्यांच्या झाडाला कीड लागलीय हे सांगायला!"

रागीट स्वराने मी उद्गारलो,

"मी वाटेल ते करीन! तुला काय करायचंय त्याच्याशी?"

"मला काय करायचंय? मला माझ्या मुलाला सांभाळायचंय!"

"तुझा मुलगा तर सोलापुरात आहे!"

"होय साहेब! तिथं तो काही भलतंसलतं करायला लागला, तर त्याच्याजवळ असलेल्या म्हाताऱ्यांनी त्याला आवरायला नको का? तिथं लोकांनी त्याला सांभाळायला हवं! मग इथं मी... इथं आईसाहेब तुमच्याजवळ नाहीत म्हणून मी... साहेब, मी अडाणी आहे. पण..."

त्याच्या डोळ्यांतून घळघळ पाणी वाहू लागले.

त्याच्या अडाणी तत्त्वज्ञानात किती जिव्हाळा होता!

त्याच्या पाठीवरून हात फिरवीत मी म्हटले, "रडू नकोस दादू. तुझी नोकरी कायम आहे!"

"नोकरीकरता मी रडत नाही साहेब. तुमच्याकरता... माझा मुलगा दारूच्या गुत्त्यात दिसला असता तर मला जेवढं दु:ख झालं असतं, तेवढं मघाशी तुम्ही ज्या दुकानावर जायला सांगितलंत तेव्हा झालं. साहेब, मी तुमच्या दारातलं पायपुसणं आहे. पण..."

मला वाटले- पायाची घाण पायपुसण्यालाच कळते! आयुष्यातले खाचखळगे अडाण्यांनाच अनुभवाने ओळखता येतात!

दादूचा हात धरून मी त्याला परत नेले.

मी खोलीत गेल्याबरोबर जहागीरदार म्हणाले, "कुठे हो गेला होता?"

"बाहेर तारवाला आला होता!"

"तार? कुणाची तार आली बुवा या वेळी?"

"आईची! फार आजारी आहे ती!"

मी घाईघाईने ट्रंक उघडली, खुंटाळ्यावरले कपडे काढले आणि सामानाची बांधाबांध करू लागलो.

जहागीरदार म्हणाले "बरं आहे! जातो मी!"

त्यांना पोहोचवून मी परत आलो तो खोलीच्या दारात दादू एखाद्या लहान मुलाप्रमाणे हसत उभा होता.

स्वर्ग आणि नरक!

माझ्या जिभेवर 'नको बुवा!' हे शब्द अगदी उभे राहिले होते. पण माणसाच्या मनाचे त्याच्या जिभेशी नेहमीच सख्य असते असे काही नाही. माझे मन म्हणत होते- हो म्हण! जीभ कुरकुरत होती- मनाची नाही ती नाही, पण जनाची तरी लाज धर थोडी! दिवसाढवळ्या वेश्या राहतात अशा ठिकाणी जायचे! छी!

या द्वंद्वयुद्धात जिभेचाच जय झाला असता; पण ऐन वेळी माझ्यातले लेखकाचे रक्त वर उसळून मनाच्या मदतीला धावले. ते म्हणत होते- घराच्या चार भिंतींत कोंडून घेऊन काही कुणाला जग दिसत नाही. अनायासे ही संधी आली आहे, चार चांगली मंडळी तुझ्याबरोबर येणार आहेत, मग तिथे जायला तुला काय हरकत आहे?

स्नेह्यांच्या बरोबर जाण्याकरिता मी कपडे चढविले. शुक्रवार पेठेतील एक वाडा त्यांच्या मालकीचा झाला होता. कित्येक वर्षे या वाड्याचे प्रकरण कोर्टात भिजत पडले होते. त्या वादाचा निकाल नुकताच माझ्या स्नेह्यांच्या बाजूने झाला होता. पूर्वीच्या मालकाप्रमाणे तो वाडा वेश्यांकडे ठेवून आपले उत्पन्न वाढविण्याची त्यांची इच्छा नव्हती. आतासुद्धा त्यांनी एका इंजिनीअरला बरोबर घेतले होते ते यासाठीच! सर्व मित्रांच्या सल्ल्याने आणि इंजिनीअरच्या मदतीने कुलीन कुटुंबांना राहण्याला सोयीस्कर होईल अशा रीतीने वाडा दुरुस्त करण्याची योजना ते आखणार होते.

मोटारीतून जायला आम्हाला पाच-सात मिनिटेच लागली; पण तेवढ्यात त्या वाड्याची, त्यातल्या शरीरविक्रय करणाऱ्या दुर्दैवी स्त्रियांची, त्यांच्या खोल्यांची आणि त्यातल्या शृंगारिक साहित्याची कितीतरी कल्पनाचित्रे माझ्या डोळ्यांपुढे झर्रकन येऊन गेली. एका खोलीतल्या पलंगासमोर लावलेले एक चित्रही मला दिसले. ऊर्वशी आकाशात उडून जात आहे. पुरुरव्याने ओढलेला पदर अंगावरून खाली घसरल्यामुळे ती लज्जेने...

आम्हीही लज्जेनेच मोटारीतून खाली उतरलो. वाडा अगदी हमरस्त्याला होता. त्यामुळे त्याच्यासमोर मोटार उभी राहिलेली दिसताच दहा-वीस माणसे आमच्याभोवती गोळा झाली. त्या सर्वांच्या डोळ्यातल्या आश्चर्याचा एकच अर्थ होता- भरदिवसा वेश्या राहत असलेल्या वाड्यापुढे मोटारीतून उतरणारी ही माणसे मोठी निर्लज्ज असली पाहिजेत! त्या लोकांच्या नजरेला नजर देण्याचा मला धीर झाला नाही. पण मनात मात्र मी त्यांना हसलो. मला वाटले, मनुष्याचे मन किती रूढीप्रिय असते! आमच्याकडे टवकारून पाहणाऱ्या या माणसांना आम्ही दुसऱ्या काही कामाकरिता येथे आलो असू अशी शंकासुद्धा येऊ नये ही किती नवलाची गोष्ट आहे!

वाड्याच्या दर्शनी दरवाजातून आम्हाला वाकूनच प्रवेश करावा लागला. लगेच अंधाराने भरलेल्या एका अरुंद बोळकंडीतून आम्ही पुढे जाऊ लागलो. वेश्येचे जीवन किती रहस्यमय असते याची पूर्वसूचना देण्याकरिताच तर ही वाट मुद्दाम तयार केली नाही ना, अशी माझ्या मनात शंका येऊन गेली. माझ्यापुढे असलेले एक स्नेही उद्‌गारले, "वाकडं पाऊल पडणं, ही म्हण कशी प्रचारात आली हे आता कळलं मला! असल्या अंधाऱ्या वाटेत मुरगळून, नाही तर ठेच लागून पाऊल वाकडं झालं नाही तरच नवल!"

ते पुढे काहीच बोलले नाहीत. त्यांच्या कोटीमुळे उत्पन्न झालेले हसणे विरते न विरते तोच आम्ही मागच्या चौकात आलो. तेथे जरा प्रकाश होता. तो पाहून मोठे बरे वाटले मनाला.

वाड्याची व्यवस्था एका मनुष्याकडे होती. दिवसा एका किराणा मालाच्या दुकानात भागीदार म्हणून तो थोडेफार काम करी. आम्ही येणार हे त्याला आगाऊ कळविले असल्यामुळे स्वारी आमच्या स्वागताकरिता तयार होती. आपल्या काळ्याभोर दाढीवरून हात फिरवीत त्याने आम्हाला वाडा दाखवायला सुरुवात केली.

घोड्याच्या पागेचीच कळा आली होती त्या वाड्याला. खाली, वर, जिकडे पाहावे तिकडे खोल्याच खोल्या होत्या. तळमजल्यावरच्या तीनचार खोल्या उघड्या होत्या, त्यांच्या दारातून मी दबकत दबकत डोकावून पाहिले. मला वाटले, कबुतरांची खुराडीसुद्धा यापेक्षा बरी असतील! गिड्डे दरवाजे, निम्माशिम्मा चुना निखळून पडल्यामुळे महारोगाने विद्रूप झालेल्या अंगासारख्या दिसणाऱ्या भिंती, जमिनीवर पडलेला केरकचरा, आतले भकास दारिद्र्य- वेश्या या शब्दाशी संलग्न असलेल्या सौंदर्याचा लवलेशसुद्धा मला एकाही खोलीत दिसला नाही. एका खोलीत एक बाई जेवायला बसली होती. दुपारी तीन वाजता जेवण? मी आमच्या पंजाबी मार्गदर्शकाकडे आश्चर्याने पाहिले. तो हसून हळूच म्हणाला-

"साहेब, हे सारं जग निराळं आहे! तुमच्या घड्याळाचा इथं काही उपयोग नाही. रात्री बारा-बारा वाजेपर्यंत जागावं तेव्हा कुठं या बायांना दोन-तीन गिऱ्हाइकं

मिळतात! झोप येऊ नये म्हणून या आधी खूप चहा पितात. तसंच गिऱ्हाईक मिळालं तर त्याच्याबरोबर दारूही पितात. तुमच्या घड्याळात पहाटेचे तीन वाजतात तेव्हा यांच्या घड्याळात रात्रीच्या दहाचे ठोके पडतात! तीन वाजता निजल्यावर नऊ-दहाच्या आधी आम्ही तरी उठू का? दहाला उठल्यावर जेवणाला दोन नाही तर तीन वाजायचेच!

मॅजिक लँटर्नच्या साहाय्याने खेडवळांना माहिती देणाऱ्या एखाद्या प्रचारकाप्रमाणे तो पंजाबी मनुष्य शांतपणाने हे बोलला. पण तो थांबताच माझ्या अंगावर एकदम शहारे आले!

दुसऱ्या एका खोलीत एक काळीकुट्ट प्रौढ बाई तोंडाला रंग लावीत बसली होती. आमच्या मार्गदर्शकाने तिला प्रश्न केला, "काय भीमा इतक्या लवकरशी रंगायला लागलीस?"

ती बाई गप्प बसली असती तर पंजाब्याच्या या प्रश्नाचेच मला आश्चर्य वाटले असते. पण नाट्यप्रयोगाकरिता रंगणाऱ्या नटीप्रमाणे तिने हसत हसत त्याच्याकडे पाहिले आणि उत्तर दिले,

"काय करायचं बाबा! आमच्या धंद्यातसुद्धा कांपिटिशन आहे! काल एक चांगलं गिऱ्हाईक माझ्या दारातून परत गेलं. ती पलीकडली तारा आहे ना, तिनं पळवलं तिला. मी तिच्यासारखी तरणी होते तेव्हा..." भीमाने डोळे मिचकावून मोठे विकट हास्य केले. ते ऐकून सापावर पाय पडला की, माणसाच्या अंगावर जसा विचित्र काटा उभा राहतो, तशी माझ्या मनाची स्थिती झाली

चित्रपटातील राजवाडा पाहायला स्टुडिओत गेले की, मुळातले चित्रविचित्र बेढब सेटिंग पाहून नवख्या मनुष्याचे मन गोंधळून जाते. मला वाटले, वेश्याजीवनही तसेच आहे!

पाहिले तेवढ्यानेच माझे मन उबगून गेले. वाड्याचे मालक असलेले माझे स्नेही इंजिनीअरबरोबर मोडतोडीची वाटाघाट करीत होते. पण त्यात काही केल्या माझे मन रमेना. इतक्यात आमच्या अंगावरून एक सतराअठरा वर्षांची पोरगी जाऊ लागली. पंजाब्याने "छोकरी" म्हणून हटकताच ती जागच्या जागी थांबली. तिचे डोळे एकदम एखाद्या सशासारखे केविलवाणे दिसू लागले. पंजाबी तिला म्हणाले, "कालची चार आणे बाकी राहिलीय! आज दिवेलागणीला आठ आणे माझ्या हातात पडले तर ठीक आहे; नाहीतर खोलीला कुलूप ठोकीन."

पोलिसाने दरडावून चोराला काहीतरी सांगावे तसे तो हे बोलला. ती पोरगी डोळे पुशीत निघून गेली. माझे कुतूहल अगदी अनावर झाले.

मी विचारले, "काय भानगड आहे ही?"

"भानगड कसली, वसुली आहे ही!"

“वसुली?”

“हं! भाडं दररोज वसूल करावं लागतं! तळमजला चार आणे, वरचा मजला सहा आणे, मधली मोठी खोली...” जणू काही आपण एखाद्या नाटक कंपनीचे मॅनेजर आहोत अशा आविर्भावाने स्वारी मला निरनिराळ्या खोल्यांचे दर सांगत होती.

“एकदम महिन्याचं भाडं का घेत नाही?” मी प्रश्न केला.

“महिन्याचं?” असा उद्‌गार काढून तो पंजाबी एवढ्या मोठ्याने हसला, की माझा प्रश्न अगदी मूर्खपणाचा होता असे माझे मलाच वाटू लागले.

पावसाच्या मोठ्या सरीप्रमाणे त्याचे ते हसणे होते.

हसू ओसरल्यावर तो उद्‌गारला,

“साहेब, हे सारं जग निराळं आहे म्हणून मी मघाशी तुम्हाला सांगितलं ना? आम्ही खुशाल महिन्याचं भाडं घेऊ, पण या बायांचा काय नेम आहे? महिन्याकाठी यांच्यापाशी फुटकी कवडीसुद्धा शिल्लक नसते नि या केव्हा हातावर तुरी देऊन पळून जातील... आता ही पोरगी पाहिलीत ना? तशी काही वाईट नाही दिसायला! उद्या रात्रीचा रुपया मिळवील; पण धंद्यात मुरली नाही अजून. तिच्यामागे भाड्याचा तगादा लावला नाही, तर मालकाचे पैसे कधीच वसूल व्हायचे नाहीत!”

बाकीची मंडळी इंजिनीअरबरोबर चर्चा करीत उभी राहिली. मी मात्र त्या पंजाबी माणसाच्या मागून जिना चढून दुसऱ्या मजल्यावर गेलो. चढताना त्या मुलीविषयीच्या विचारांनी मन अगदी भारावून गेले. तिचे ते सशासारखे दिसणारे केविलवाणे डोळे, ती निष्पाप मुद्रा- कोणत्या संकटात सापडून बिचारीने या खाईत उडी टाकली असेल? प्रेमळ पत्नी म्हणून एखाद्या पुरुषाचे आयुष्य पूर्णपणे सुखी करण्याची पात्रता तिच्यात नसेलच का? छे! ते सशासारखे डोळे...

मी विचारले, “कुठल्या जातीची मुलगी आहे ही?”

तो पंजाबी मिस्कीलपणे हसला. मला मनातल्या मनात शरमल्यासारखे झाले. मी त्या मुलीची चौकशी काही विशेष हेतूने करीत आहे असा त्याचा ग्रह झाला असावा!

मी गप्प बसलो. पण जिना चढून वर गेल्यावर तो म्हणाला, “साहेब, या जगात जातपात सब झूट आहे! मघाची ती भीमा महारीण आहे. आता तुम्ही पाहिलीत ती छोकरी- मराठ्याची आहे ती! नि या खोलीत राहणारी बाई तर चांगली पांढरपेशाची असावी!”

वरच्या मजल्यावरच्या खोल्या खालच्यापेक्षा थोड्या मोठ्या होत्या. त्यातल्या मधल्या खोलीकडे बोट दाखवीत पंजाब्याने शेवटचे वाक्य उच्चारले होते. त्याच्या या उद्‌गारांनी एरवी मी चकित झालो असतो; पण माझ्या मनात मघाचेच वाक्य

घोळत होते, '...या जगात जातपात सब झूट आहे.'

या जगात- या निराळ्या जगात...

त्याचे म्हणणे अगदी बरोबर आहे असे मला वाटले. इथले हे जग आपल्या जगाहून अगदी निराळे आहे. आपल्या जगात महारांच्या आणि पांढरपेशांच्या बायका हळदीकुंकवालासुद्धा एका ठिकाणी येणार नाहीत. पण इथे या जगात...

हे जग विचित्र आहे, घाणीने भरलेले आहे. पण ते खोटे आहे का? त्या पंजाब्याने सांगितलेल्या गोष्टीत अवाक्षरसुद्धा खोटे नव्हते.

त्या मधल्या खोलीचे दार उघडेच होते. आत कोणीच नव्हते. ती खोली इतर खोल्यांपेक्षा अधिक नीटनेटकी दिसत होती. आत जाऊन सर्व खोली न्याहाळून पाहण्याची जिज्ञासा माझ्या मनात उत्पन्न झाली. त्या खोलीची मालकीण आत असती तर बहुधा मला एवढा धीर झाला नसता! पण... मनात विचार आला, एखाद्या गोष्टीत वेश्येच्या खोलीचे वर्णन करण्याचा प्रसंग आला तर आपल्या हातून अनेक चुका व्हायच्या! आपल्या टीकाकारांत अनेक तज्ज्ञ माणसे आहेत! ती आपले अज्ञान चव्हाट्यावर आणल्याशिवाय राहायची नाहीत. तेव्हा...

आत जाऊन मी खोलीतील वस्तू न वस्तू निरखून पाहू लागलो. त्याचा हेतू लेखनात आपले अज्ञान प्रकट होऊ नये हा होता, की वेश्येच्या खोलीविषयीची विकृत जिज्ञासा तृप्त करून घेण्याचा होता हे चित्रगुप्तालाच ठाऊक!

या खोलीत राहणारी बाई पांढरपेशा वर्गातली असली पाहिजे हे उघड दिसत होते. खोलीतल्या दोन भिंतींवर कितीतरी सुंदर तसबिरी आणि चित्रे लावलेली होती. मात्र राम-पंचायतनाशेजारी कुठल्याशा चित्रपटातील अर्धनग्न नायिकेचा फोटो लावलेला पाहून मला हसू आल्यावाचून राहिले नाही. तसबिरीखालच्या कोपऱ्यात एका लहानशा चौरंगावर दोनतीन देवांच्या मूर्ती ठेवलेल्या दिसत होत्या. देवांची पूजा नुकतीच झाली असावी. त्यांच्यावरली फुले किती ताजी दिसत होती. त्या फुलातला टपोरा गुलाब पाहून तर मला आश्चर्यच वाटले. तसले फूल मी काही देवाला वाहिले नसते. कोटाला लटकावल्यावर ते कसे छान दिसले असते!

मी दुसऱ्या बाजूला पाहिले. तिथला पलंग चांगला सागवानी लाकडाचा होता. मच्छरदाणी वर टाकली असल्यामुळे माझे लक्ष पलंगावर पसरलेल्या गादीकडे गेले. कुणाचेही लक्ष वेधून घेतील अशा दोन गोष्टी तेथे होत्या; एक पांढरेशुभ्र गुबगुबीत असे मांजराचे पिल्लू आणि दुसरी त्याच्याजवळच पडलेला कसल्या तरी मासिकाचा अंक!

मी पुढे होऊन त्या मांजराच्या दुधासारख्या पांढऱ्या अंगावरून हात फिरविण्याचा प्रयत्न केला; पण परक्या मनुष्याचा स्पर्श त्याला नापसंत असावा असा दिसले. माझा हात लागताच टुणकन उडी मारून ते निघून गेले.

वाचणाऱ्याने मासिक वाचता वाचता मिटून ठेवले असावे. खुणेदाखल ठेवलेला डोक्यातला आकडा एका पानातून डोकावून पाहत होता. मी ते पान उघडले. आतल्या मजकुरावरून नजर फिरविताच मी स्तिमित झालो. माझीच गोष्ट होती ती- 'समाधीवरली फुले.'

खाली मंडळी आपली वाट पाहत असतील असे त्या पंजाब्याने सुचविले म्हणून बरे; नाहीतर या खोलीच्या मालकिणीविषयी तर्कवितर्क करीत मी तेथेच किती वेळ उभा राहिलो असतो कुणाला ठाऊक!

आम्ही जिन्याच्या तोंडाशी आलो तो खालून कुणीतरी बाई वर येत होती. किंचित मागे होऊन आम्ही तिला वाट करून दिली. माझ्या अंगावरून ती जाऊ लागली, तेव्हा मला एकदम एक विचित्र भास झाला. या बाईला आपण कुठेतरी पाहिलेले आहे. कुठे बरे?

आठवण करीत मी दोन पायऱ्या उतरलो. आपल्याला काहीतरी भलताच भास होत असावा असे वाटून मी मधेच मागे वळून पाहिले. ती बाईही जिन्याकडे पाहत उभी राहिली होती. मला ती ओळखीची वाटली. तिनेही मला ओळखले असेल का?

खालच्या मंडळींची आठवण होऊन मी झपझप पायऱ्या उतरू लागलो. मनात आले- इथल्या एखाद्या बाईशी माझी ओळख आहे असा सुगावा आपल्या स्नेहीमंडळींना लागला तर- छे! चारचौघात मान वर करून पाहायची सोय नाही उरणार आपल्याला!

शरीराबरोबर माणसाचे मनही धावू लागते की, काय कुणाला ठाऊक? मी जवळजवळ धावतच खालच्या चौकात आलो. तोपर्यंत माझे मन वीस वर्षांपूर्वीच्या काळात जाऊन पोहोचले होते. माझ्या डोळ्यांपुढे माझी कोकणातली बालमैत्रीण शांता उभी राहिली. मी कोकणात मामीच्या घरी वर्षभरच होतो. पण आता पाहिलेल्या बाईचा चेहरा आणि शांताचे मुग्ध मुखमंडल दोन्हीत काहीतरी विलक्षण साम्य आहे असे मला वाटू लागले. मनातल्या मनात अगदी अस्वस्थ होऊन गेलो मी!

आम्ही जायला निघालो; इतक्यात जिन्यावरून कुणीतरी खाली उतरत आहे असे दिसले. आम्ही चार पावले गेलो न गेलो इतक्यात माझ्यामागून एक आवाज आला-

"ओळखलं नाहीत मला?"

शांताचाच स्वर होता तो! लहानपणी लपंडाव खेळताना 'साई सुट्ट्यो' म्हणून ती ओरडत असे तेव्हाचा तिचा स्वर मला आठवला. शांताच्या स्वरात बदल झाला नव्हता; पण तिच्या जीवनात?

त्यावेळी शांता एक निष्पाप कुमारिका होती. आणि आज?- आज ती वेश्या

झाली आहे!

शांताने आपणहून या चिखलात उडी टाकली असेल?

मी तिच्याकडे नुसता पाहत उभा राहिलो. माझे स्नेहीही गोंधळून गेले होते.

शांता हसून म्हणाली, ''असे लाजता काय? तुमची बालमैत्रीण शांता तुम्हाला चहाला बोलवायला आली आहे!''

स्नेह्याकडे पाहत मी म्हटले, ''माझ्याबरोबर ही मंडळी आहेत!''

''असेनात! त्यांना पुरेल इतका चहा माझ्या डब्यात शिल्लक आहे. चला...''

आमच्यापुढे शांताने चहाचे पेले आणून ठेवीपर्यंत कुणीच काही बोलले नाही. केव्हा एकदा या विचित्र पाहुणचारातून आपण पार पडतो असे सर्वांना झाले होते.

आम्ही चहा घेऊ लागलो तेव्हा शांता माझ्यासमोर बसून म्हणाली, ''मला इथं पाहून तुला नवल वाटलं असेल मोठं! नाही?''

मी नुसती मान हलविली. तिच्या एकवचनात बालपणातले निर्मल प्रेम प्रतिबिंबित झाले होते.

शांता बोलू लागली-

''मी तुझ्या ओळखीची! तुझ्याबरोबर खेळलीसवरलेली म्हणून तुला माझ्याबद्दल वाईट वाटत असेल! पण इथल्या पन्नास बायकांपैकी कमीत कमी चाळीस तरी माझ्यासारख्याच या नरकात आल्या आहेत. डोंगराच्या माथ्यावरून दगड सुटला की, तो थेट दरी गाठतो! होय ना! बायकांच्या आयुष्याची तीच गत होते. एकदा घर सुटलं की...''

''तू घर का सोडलंस?'' मोठा धीर करून मी प्रश्न विचारला.

''का?'' एवढाच शब्द उच्चारून ती क्षणभर थांबली. चार-पाच परक्या माणसांसमोर आपले मन उघडे करावे की करू नये या विचारात पडली असावी! किंचित थांबून ती म्हणाली-

''तू मोठा लेखक झाला आहेस. माझं खरंखुरं चरित्र लिहून दिलं तर ते सुधारून छापशील?''

मी मान डोलावली.

शांता हसून म्हणाली,

''ते चरित्र पुरं व्हायला खूप दिवस लागतील अजून. तेव्हा...''

''तुला काय बोलायचं ते मोकळेपणानं बोल. हे सारे माझे स्नेही आहेत.''

''आज नवे मालक वाडा बघायला येणार आहेत नि ते वाडा दुरुस्त करून आमच्यासारख्या बायांना इथून काढून लावणार आहेत, असं जेव्हा सकाळी कानावर आलं, तेव्हा मला काय वाटलं ते सांगू? एका वाड्याच्या मालकानं असल्या बायकांना इथून हाकलून दिलं म्हणून काय त्यांची सुधारणा होणार आहे? त्या

दुसऱ्या वाड्यात जाऊन राहतील! असा एक-एक वाडा दुरुस्त करून काय उपयोग? बायकांना या नरकात आणून घालणाऱ्या चाली आधी दुरुस्त करा, कायदे दुरुस्त करा, पुरुषांची मनं दुरुस्त करा...''

आपला चढलेला स्वर किंचित खालवून शांता म्हणाली,

''इथल्या बायकांचं जिणं किळसवाणं असतं! त्यांनासुद्धा ते पटतं. पण कुणी नवऱ्याच्या जाचाला कंटाळतात, कुणी भुकेल्या डोळ्यांनी जगाकडे पाहता पाहता मोहाला बळी पडतात, कुणी आपल्या पायांवर उभ्या राहण्याकरिता घर सोडतात! पण घराबाहेरसुद्धा जिकडे तिकडे खड्डे पसरलेले असतात. चांगल्या चांगल्या बायकांनासुद्धा शेवटी या खड्ड्यात पडावं लागतं!''

आमच्या पेल्यातला चहा संपलेला पाहून ती म्हणाली, ''काय करायचंय हे सारं सांगून! तुमच्यासारख्यांना कंटाळा येईल हे पुराण ऐकून! बाजारात येऊन बसलेल्या बायकांनासुद्धा खऱ्या प्रेमाची भूक असते, नीतीनं वागण्याची इच्छा असते, हे खरंसुद्धा वाटणार नाही तुम्हाला! जिवाला जीव देणारं एक माणूस मिळालं तरी...''

दारात कुणीतरी येऊन उभे राहिल्यासारखे वाटले. मी वळून पाहिले. मघाशी तळमजल्यावर पाहिलेली ती सतरा-अठरा वर्षांची मुलगी!

शांता उठली आणि बाहेर गेली. त्या दोघी काहीतरी कुजबुजत होत्या. आत येऊन शांताने पलंगाखालची आपली पेटी उघडली आणि एक अधेली काढून ती त्या मुलीच्या हातात नेऊन दिली.

इतरांना वाटले, त्या पोरीपाशी खायला पैसुद्धा नसेल, तेव्हा शेजारधर्म म्हणून शांताने तिला आठ आणे दिले असावेत! पण मला मात्र त्या आठ आण्यांचा अर्थ पूर्णपणे कळला. शांता त्या मुलीला मदत करीत होती हे खरे; पण ती मदत तिचे पाऊल या नरकातून बाहेर पडावे म्हणून नव्हती, तर ते या नरकातच स्थिर व्हावे म्हणून!

शांता आत आलेली दिसताच आम्ही सर्व जायला उठलो. इतक्यात मघाचे ते पांढरेशुभ्र मांजराचे पिल्लू तिच्याजवळ येऊन पायांना घासू लागले. तिने त्याला उचलून घेतले आणि एखाद्या प्रेमळ आईप्रमाणे त्याला कुरवाळीत ती म्हणाली,

''माझ्या मनीला विसरले नाही हं मी.''

लगेच आमच्याकडे पाहून हसत ती उद्गारली, ''तुमच्या चहात दूध कमी होतं, होय ना? त्याचं कारण ही स्वारी!''

देवाजवळच्या कोपऱ्यातून तिने एक वाटी उचलली आणि तिच्यात भरपूर दूध ओतले. ते पिल्लू मोठा गमतीदार आवाज करीत दूध पिऊ लागले. शांताच्या चेहऱ्यावर आनंदाची छटा चमकून गेली. माझ्याकडे वळून ती म्हणाली, ''हे पिल्लू

मोठ्या प्रयासानं मिळवलं आहे मी! कसं कापसासारखं पांढरंशुभ्र आहे! दुसऱ्या रंगाचा एकसुद्धा ठिपका नाही हं त्याच्या अंगावर!'' त्या पिलाच्या पांढऱ्याशुभ्र रंगाविषयी तिला किती अभिमान वाटत होता!

बाकीची मंडळी मानेनेच शांताचा निरोप घेऊन बाहेर गेली. मला काहीतरी बोलणे प्राप्तच होते. मी म्हटले, ''शांता, तुझा बालमित्र म्हणून मी बोलतोय. क्षमा कर मला. या नरकातून तू बाहेर पडलीस तर...''

''या नरकात मी खुशीनं राहिले आहे!''

''खुशीनं?''

''हो!''

ती धावतच पलंगाकडे गेली. टेबलावरच्या पेटीतून तिने एक वही काढली. त्या वहीची तीन-चार पाने घाईघाईत फाडली आणि ती पाने माझ्या हातात देत म्हणाली-

''हे सावकाश घरी वाच आणि मग मला स्वर्गात न्यायला विमान घेऊन यावंसं वाटलं तर अगत्य ये!''

* * *

ांताने दिलेली ती पाने पुन:पुन्हा वाचताना माझ्या डोळ्यांपुढे एकच वाक्य नाचत होते. त्या अक्षरातून जणू काही अग्निज्वाळा प्रकट होत होत्या—

'या जगात जोपर्यंत एकाचा स्वर्ग शंभरांना नरकात ढकलीत आहे तोपर्यंत नरकात राहण्यातच माणुसकी आहे!'

शांताच्या कागदात एवढाच मजकूर होता!

'एका मुलीची कर्मकथा'

ही मुलगी चांगली नव्हती आणि वाईटही नव्हती. ती एक माणूस होती. लहानपणीच तिची आई वारली. बापाने तिला मराठी चार यत्ता कशाबशा शिकविल्या. पुढचे शिक्षण करायला त्याच्यापाशी पैसे नव्हते. या मुलीच्या धाकट्या भावाचे शिक्षण त्याला करायचे होते. त्याची म्हातारपणची काठी होती ती!

पंधराव्या-सोळाव्या वर्षी या मुलीचे एखाद्या बऱ्यावाईट गरीब मनुष्याबरोबर सहज लग्न झाले असते. पण बापाला श्रीमंत जावई हवा होता. मुलीच्या रूपाला भुलून कोणीतरी मातबर मनुष्य तिला करून घेईल अशी त्याला आशा होती. पण पुष्कळशा आशा वांझ असतात हे त्याच्या कधीच लक्षात आले नाही.

मुलगी वीस-बावीस वर्षांची झाली तरी बाप श्रीमंत जावयाची वाट पाहतच होता. घरच्या कामाने शिणून जाणाऱ्या त्या मुलीच्या शरीराला, नि घाण्याला

जुंपलेल्या बैलाप्रमाणे कंटाळून गेलेल्या तिच्या मनाला कसलाच विरंगुळा नव्हता. याचा फायदा शेजारच्या एका लंपट तरुणाने घेतला.

तिला दिवस जाताच त्या पशूने कानावर हात ठेवले. बापाने 'कुठं तरी जाऊन जीव दे' म्हणून तिला सल्ला दिला. जीव द्यायला ती घराबाहेर पडली; पण तिला लवकरच एक गोष्ट कळून चुकली- स्वत:च्या जिवापेक्षा मनुष्याला अधिक प्रिय असे जगात काहीच नाही.

योगायोगाने तिची चाळिशीच्या घरात आलेल्या एका सुशिक्षित मनुष्याशी गाठ पडली. त्याने मुंबईला नेऊन ती आई होणार नाही अशी व्यवस्था केली. तिला आनंद झाला आणि दु:खही झाले. ते जन्माला न आलेले मूल कितीतरी दिवस तिच्या स्वप्नात एकसारखे येत होते.

एवढ्या मोठ्या वयाचा हा सुशिक्षित मनुष्य थोरल्या भावाप्रमाणे आपल्याशी वागेल अशी तिची कल्पना होती. पण जगात तरुण स्त्रीला भाऊ मिळणे कठीण आहे हा अनुभव तिला लवकरच आला. आपल्याच वयाच्या बाईशी प्रेमविवाह करणारा हा सुशिक्षित बायको म्हातारी झाली म्हणून आता तिच्यावर नाखूश झाला होता. त्याच्या रंगेलपणाला या मुलीला बळी पडावे लागले. तो तिला म्हणे- ''तुझ्या सहवासात मला अगदी स्वर्गात आल्यासारखं वाटतं!''

एवढ्यावरच ही विटंबना थांबली असती तर या मुलीची जगात कशावर तरी श्रद्धा राहिली असती. या सुशिक्षित मनुष्याबरोबर घालविलेल्या दोन-तीन वर्षांत तिच्या बुद्धीची पुष्कळच वाढ झाली. तिला चांगली चांगली पुस्तके वाचायला मिळाली. पण तिची खऱ्या प्रेमाची तहान मात्र कधीच भागली नाही.

तीन वर्षांनी नव्या मालकाने तिचा लिलाव मांडला. आपले कसलेसे काम साधण्याकरिता एका मोठ्या मनुष्याकडे त्याने या मुलीला पाठविले. त्या मोठ्या मनुष्याच्या घरी तिला एक गोष्ट पुरी पुरी कळून चुकली. पुरुषांत अजून माणुसकी यायची आहे. सुंदर स्त्री ही त्यांच्या दृष्टीने नुसती मेवामिठाई आहे!

तेथे पुन्हा या मुलीला दिवस गेले. आपल्या पाठीमागे तिची जन्माची ब्याद लागू नये म्हणून तिच्यावर भलताच आळ घालून त्या बड्या मनुष्याने तिला आपल्या घरातून हाकलून दिले. ती रस्त्यावर अनाथ होऊन पडली. तिची एका पुरुषावर खरेखुरे जिवाभावाचे प्रेम करण्याची इच्छा होती. पण जगाच्या बाजारात सौंदर्याला किंमत आहे; प्रेमाला नाही, मनाला नाही. या जगात जोपर्यंत एकाचा स्वर्ग शंभरांना नरकात ढकलीत आहे, तोपर्यंत नरकात राहण्यातच माणुसकी आहे असे तिने ठरविले. नाहीतरी ती काय करणार होती? आपल्या कॉलेजात असलेल्या भावाला ती नुसती भेटायला गेली; पण तो तिचे तोंड पाहायलासुद्धा तयार झाला नाही.

शेवटी एका प्रौढ वेश्येने या मुलीला आश्रय दिला. तिला मुलगा झाला. तिच्या दुर्दैवाने तो फार दिवस जगला नाही. तिला आश्रय देणाऱ्या त्या वेश्येची मिळकत अगदी कमी झाली होती. तिच्यापाशी काही मोठीशी शिल्लक नव्हती. तिचे कुटुंबही मोठे होते. आपल्यावर प्रेम करणाऱ्या त्या बाईला मदत करण्याकरिता जगावे असे त्या मुलीला वाटू लागले. अनेक लोकांनी आपल्या सुखाकरिता तुडविलेली, लाथाडलेली, खाली ढकलून दिलेली ती मुलगी वेश्या झाली.

या नरकातल्या अनुभवांनी तिचे उरले सुरलेले मन मरून गेले. घरात असो, नाही तर घराबाहेर असो, गुलाम म्हणून राहिल्याशिवाय, स्वत:ची विटंबना करून घेतल्याशिवाय स्त्रीला अजून जगता येत नाही अशी तिची खात्री झाली. तिच्या साऱ्या कल्पना बदलल्या. जनावराप्रमाणे जगणे आणि त्या जगण्यात स्वर्गसुख मानणे हेच जगाचे सध्याचे तत्त्वज्ञान आहे. तीही एक जनावर झाली.

पण जनावरांनासुद्धा आपल्या कळपाची माया असते. पाचपन्नास खालच्या दर्जाच्या वेश्यांच्या उपयोगी पडल्याशिवाय या मुलीला राहवेना म्हणून ती त्यांच्यातच राहू लागली. तिच्यामुळे त्यांना चांगले गिऱ्हाईक...

आपण खातेऱ्यात लोळत आहो, पाप करीत आहो, वगैरे गोष्टी या मुलीला अजूनही कळतात! पण नासलेले दूध काही केले तरी पुन्हा मूळच्यासारखे होत नाही! एक गोष्ट तिच्या मनात राहून राहून येते—

—आपल्यासारख्या लाखो बायकांचे दर पिढीला नरकात बळी जात आहेत. त्यांना वाचविण्याचा मार्ग कुणी शोधून काढला तर—

* * *

मी सुन्न मनाने मान वर उचलून पाहिले. माझ्या डोळ्यांपुढे लाल अक्षरे नाचत होती- 'जोपर्यंत एकाचा स्वर्ग शंभरांना नरकात ढकलीत आहे...'

मला त्या अक्षरांकडे पाहवेना. मी डोळे मिटून घेतले. कोणीतरी माझ्या कानात गंभीर स्वराने सांगत होते- 'शांतासारख्या शेकडो दुर्दैवी स्त्रियांना वाचविण्याचा मार्ग एकच आहे. पृथ्वीवर निर्माण झालेला कृत्रिम स्वर्ग नाहीसा करणे! ज्या दिवशी हा स्वर्ग नाहीसा होईल, त्याच दिवशी जगातला नरकही नाहीसा होईल.'

/

कुंडीतली फुलझाडे!

बेळगाव
२७-८-३९

प्रिय दादा,

सप्रेम नमस्कार,

गेले दोन दिवस तुला पत्र लिहीन असं स्वत:शी घोकतेय, पण टेबलापाशी येऊन नोटपेपर समोर घेऊन बसले तरी लिहिण्याकडे लक्षच लागत नाही बघ!

हे वाचून तू स्वत:शीच कसा हसशील नि मनात काय काय म्हणशील ते मला ठाऊक आहे! पुढचा मजकूर न वाचताच तू वहिनीला म्हणशील, 'बायकांचं मन म्हणजे नुसतं पाणी. ज्यात मिसळायचं त्याच्या रंगानं रंगून जायचं एवढं काय ते ठाऊक असतं त्यांना! सासरी जायच्यावेळी या ताइटलीच्या गंगायमुनांना नुसता पूर आला होता; पण लग्न होऊन दोन वर्षं झाली नाहीत तोच भावाला पत्र लिहायचा कंटाळा येऊ लागला हिला!'

असली काहीतरी टीका तू करशील म्हणून आधीच सांगते- पत्र लिहायला माझं मन घेईना याचं कारण मी एकसारखी त्यांच्या नावाची जपमाळ घेऊन बसले आहे हे मुळीच नाही. आता जपाची काय जरुरी आहे? पुढच्या पंधरवड्यात निघतो असं स्वारीचं परवाच पत्र आलंय! मागच्याच महिन्यात येणार होते ते. पण वरचेवर परदेशी जाणं काही शक्य नाही म्हणून पाहण्यासारखी सारी स्थळं पाहून घेणार आहेत ते! स्थळं म्हणण्यापेक्षा केसीसच म्हणायला हवं! त्यांचा स्वभाव ठाऊक आहे ना तुला? कुठं एखादी विलक्षण केस दिसली तर तिथंच ते पंधरा दिवस राहतील.

पत्राला उशीर होण्याचं खरं कारण तुला सांगू? तीन-चार दिवस माझी दाढ एकसारखी दुखतेय! हे वाचून तू हसायला लागशील, पण मला वाटतं देवानं माणसाला दुसरं कुठलंही दुखणं द्यावं, मात्र दाढदुखी देऊ नये.

तुला कल्पना नाही दादा, दाढ दुखायला लागली ती रात्र अगदी काळरात्रीसारखी वाटली मला! या कुशीवरून त्या कुशीवर माशासारखी तळमळत होते मी! उभ्या रात्रीत पाच मिनिटंसुद्धा झोप आली नाही मला. उशीत डोकं खुपसून पाहिलं, दोन्ही हातांनी दाढ दाबून धरली, कितीतरी वेळ गुडघ्यात मान घालून बसले; पण काही उपयोग नाही. अगदी रडकुंडीला आले मी!

सकाळी उठल्यावर सासूबाईंनी दाढेत कापूर धरायला सांगितला, कानात तेल घातलं. पुष्कळ उपचार केले; पण काही केल्या दाढ राहिना. मामंजी डॉक्टरांकडे घेऊन गेले. दातांच्या डॉक्टरांच्या त्या दवाखान्याच्या पायऱ्या चढताना माझी छाती अशी धडधडत होती म्हणतोस!

त्या खुर्चीवर बसताना माझे पाय कसे लटलट कापू लागले. ते खुर्चीजवळचं विचित्र यंत्र, ती दिसणारी चकचकीत हत्यारं, औषधांचा उग्र वास— माझ्या अंगावर काटाच उभा राहिला.

दाढ किडली आहे नि पोखरून भरायला हवी असं डॉक्टरांनी सांगितलं. त्यांनी लावलेल्या औषधानं कालपासून जरा बरं आहे.

पण पोखरायची कल्पना मनात आली की, अंग कसं शहारतं बघ! काय होत असेल त्यावेळी कुणाला ठाऊक!

स्वारी परत आल्यावर दाढ भरून घ्यावी असं मनात येतंय! पण पुन्हा परवासारखी ठणकायला लागली तर काय करायचं बाई? मोठ्या पंचायतीत पडले आहे मी! मामंजी नी सासूबाई भारी प्रेमळ आहेत. पण अशा वेळी माणसाला जो धीर लागतो तो त्यांच्याकडून कसा रे मिळणार? बाकी काय पोरवडाच आहे सारा घरात! क्रिकेट खेळता खेळता दिनूभाऊजींचं बोट मागं एकदा दुखावलं होतं. ते मला म्हणतात, 'वहिनी, माझ्या बोटापेक्षा काही तुमची दाढ अधिक दुखायची नाही.' त्यांना काय, बुडणाराचं दुःख काठावर उभं राहणाराला कधीच कळायचं नाही!

तेव्हा... तेव्हा तूच दोन दिवसांकरता इकडे येऊन जा की! तू आलास म्हणजे मला तेवढाच धीर येईल.

घड्याळात पाचच वाजले आहेत. पण दिवा लावल्याशिवाय लिहिता येणार नाही इतका काळोख झालाय. आभाळ भयंकर अंधारलंय, गारगार वारा सुटलाय, नि धूळ तर अशी विलक्षण उडतेय म्हणतोस! अवेळी पडलेल्या या अंधाराचं फार भय वाटतं मला!

माझ्या मनाचं प्रतिबिंबच मला बाहेर दिसतंय. पत्र मिळाल्याबरोबर निघशील ना?

तुझी,
ताई

ता.क.- खरंच, कसल्याशा फुलझाडांवर तू प्रयोग करीत होतास ना? गतवर्षी याच दिवसांत मी तुझ्याकडे आले होते म्हणून सहज आठवण झाली. काय रे झालं त्या प्रयोगाचं?

ता.ता.क.- नाहीतरी तू भाऊबीजेला येणारच होतास. तो आताच ये म्हणजे झालं. अगदी वाट पाहतेय हं मी तुझी!

ता.क.च्या मागं खूप ता.ता. लावले नाही तर त्या बायका कसल्या, असली टीका केल्याशिवाय राहणार नाहीस तू! तेव्हा इथंच थांबते.

तुझी,
ताई

* * *

बंगलोर
ता. ३१-८-३९

प्रिय ताई,

सप्रेम आशीर्वाद.

तुझं पत्र आलं त्यावेळी मी फुलझाडांच्या त्या प्रयोगातच गुंतलो होतो. हात मातीनं भरले होते म्हणून तुझ्या वहिनीलाच तुझं पत्र वाचायला सांगितलं.

पत्रातला मजकूर ऐकता ऐकता मला हसू येऊ लागलं. पण जातीला जात ओळखते म्हणतात ते काही खोटं नाही. तुझी वहिनी सारा मजकूर अगदी गंभीरपणानं वाचत होती. पत्र वाचून झाल्यावर मी तिला म्हटलं, ''अजून तू उभी कशी?''

ती माझ्याकडे आश्चर्यानं पाहू लागली.

मी म्हटलं, ''वन्संची दाढ भरायचीय ना? जा, धावत जा, नि माझी ट्रंक भरायला लाग!''

तिनं मान झटकून माझा निषेध केला. तूही हे पत्र वाचून माझ्यावर डोळे वटारशील. पण अगदी लिहिल्याशिवाय राहवत नाही, ताई!

तू काय अजून कुक्कुबाळ आहेस होय? नवरा नाही तर भाऊ समोर असल्याशिवाय दाढ भरून घेण्याचासुद्धा धीर होत नाही तुला! मग उद्या लढायची पाळी आली तर काय करशील तू?

तू आपल्या पत्रात अंधारून आलेल्या आभाळाचं वर्णन केलं आहेस; लिहायला दिसत नाही इतका काळोख झालाय म्हणून लिहिलं आहेस.

तुमचं बायकांचं जग म्हणजे खिडकीतून दिसणारं आभाळ हेच खरं! पण

कुंडीतली फुलझाडे! । ५७

कितीही अंधारलं तरी असं काय भयाण दिसणार आहे ते? नुसती दाढ भरून घ्यायची झाली तर तू इतकी घाबरली आहेस याचं कारण दुसरं काय असणार? तुम्ही बायका नेहमी कल्पनेच्या जगात वावरत असता.

ताईसाहेब, आपणाला पत्ताही नसेल! महायुद्धाच्या ढगांनी सारं जग अंधारून गेलं आहे. पुढं काय आहे हे कुणालाच दिसेनासं झालं आहे. लक्षावधी माणसांचे बळी घेणारी लढाई केव्हा सुरू होईल...

तू मनात म्हणशील, जेव्हा तेव्हा या दादाचं असंच? आमटीत मीठ कमी पडलं तरी तेवढ्यावरून शरीराला कुठलीकुठली व्हिटॅमिन्स हवीत याच्यावर स्वयंपाक्याला व्याख्यान द्यायला हा कमी करायचा नाही. तेव्हा लढाईचं हे भविष्य इथंच संपवितो.

तुझी दाढ भाऊबीजेपर्यंत थांबत असेल तर ठीकच आहे. आपण काही तिकडे आधी यायला तयार नाही! माझा प्रयोग कसा रंगात आला आहे!

हो, फुलझाडांवरून बरी आठवण झाली. काही काही फुलझाडं कुंड्यात चांगली फुलतात; पण प्रयोगाकरता बागेतल्या मातीत लावली की, तीच किती लवकर खुरटून जातात! तुम्ही बायकासुद्धा अशाच!

हे वाचून तू रागानं पत्राचे तुकडेतुकडे करायला लागशील! तेव्हा अधिक लिहिण्यात काही अर्थ नाही.

तुझा,
दादा

ता.क. - शेवटी थोडं ताक घ्यावं म्हणतात ना, म्हणून हे लिहिलं आहे.

विनायकराव परदेशी गेले तेव्हा ते परत येईपर्यंत काहीतरी सार्वजनिक कार्य कर म्हणून मी तुला सांगितलं होतं. खेड्यापाड्यातल्या गोरगरीब बायकांना संततिनियमनाची माहिती देण्याचं काम शिकलेल्या बायकांनीच करायला हवं असंसुद्धा मी बोललो होतो. पण तुझ्या एकाही पत्रात त्याविषयी चकार शब्द नाही! फडके-खांडेकरांच्या कादंबऱ्या वाचण्यातच सारा वेळ जात असेल तुझा! नि आता काय? स्वारीच येणार!- जर्मनीची नाही हं! आमच्या ताईसाहेबांच्या पतिराजांची!

तुझा,
दादा

* * *

बेळगाव,
ता. १०-९-३९

प्रिय दादा,

सप्रेम न. वि. वि.

तू आला नाहीस म्हणून रागावून मी तुला पत्र पाठवत नाही असं एकसारखं वहिनीपाशी घोकत असशील तू! पण दादासाहेब, आपला तर्क सपशेल चुकलाय हं!

तुझं पत्र यायच्या आधीच डॉक्टरांनी माझ्या दाढेवर हल्ला चढवला होता! मला मुकाट्यानं त्यांच्या खुर्चीवर जाऊन बसावंच लागलं.

हे वाचून तुला मोठं नवल वाटेल, नाही?

तुला पत्र पाठवलं त्या दिवशी रात्री दाढ पुन्हा अशी ठणकू लागली, की मला रडता भुई थोडी झाली. दुसरे दिवशी सकाळी डॉक्टरांना दाखवायला गेले. मामंजींचा उपास असल्यामुळे दिनूभाऊजी बरोबर आले होते. डॉक्टर हसत म्हणाले, ''पोखरलेली दाढ औषधानं कशी थांबेल? त्याला स्टफिंगच करायला हवं! चला आताच सुरुवात करू या! दोन-तीन सिटिंग्जमध्ये काम आटपेल!''

मी एकटी असते तर काहीतरी सबब सांगून पळ काढला असता! पण दिनूभाऊजी माझ्याकडे पाहून गालातल्या गालात हसताहेत हे जेव्हा मी पाहिलं, तेव्हा त्यांच्या थट्टेपेक्षा यंत्राजवळची खुर्चीच बरी वाटली मला.

मोठ्या धिटाईनं मी खुर्चीवर जाऊन बसले खरी; पण तोंडावरला विजेच्या दिव्याचा प्रकाश, अवघडून मागं टेकलेली मान, जबडा अधिक उघडून धरल्यामुळे त्याला पडलेला ताण...

डॉक्टरांनी ते गिरमिट सुरू केलं तेव्हा तर मी डोळेच मिटून घेतले. माझे पाय लटलट कापत होते. हाताचे तळवे घामानं ओलेचिंब झाले होते. छाती धडधडत होती.

माणसाला कल्पनाशक्ती नसती तर किती बरं झालं असतं! मी जेव्हा त्या खुर्चीवरून उठले, तेव्हा हाच विचार माझ्या मनात आला. दाढ पोखरण्याचा केवढा बाऊ करून ठेवला होता माझ्या मनानं! छे; दोरीला साप मानून मनुष्य उगीचच भीत असतो!

उद्यापरवा डॉक्टर माझी दाढ भरतील! पण एक काळजी मागं पडली तोच दुसरी सुरू झाली.

तिकडे युरोपात काय हलकल्लोळ झाला असेल तो कुणाला ठाऊक! पण इथं व्यापाऱ्यांनीच गिऱ्हाइकांबरोबर लढाई सुरू केली आहे. साखर, रॉकेल, कागद, औषध- भरमसाट किमती वाढवल्या आहेत साऱ्यांनी! जणू काही युद्धानंतरची लूट

आधीच करून घेताहेत!

या महागाईची गोष्ट सोडून दे. पण तिकडची आठवण झाली नाही अशी एक घटका जात नाही बघ!

नुकतीच ती अँथनिया बोट बुडवली बघ. एरवी मी रोजच्या वर्तमानपत्रांना हातसुद्धा लावीत नाही. पण ही बोट बुडाल्याची बातमी मी पुन:पुन्हा प्रत्येक वर्तमानपत्रात वाचली नि डोळ्यांपुढं काय भयंकर चित्र उभं राहिलं म्हणतोस. त्या बोटीतून जी माणसं वाचवली, त्यात एक बाई होती. पण मुलाकरता तिनं समुद्रात उडी टाकली नी बिचारी दोघंही बुडून गेली.

ते आठवून एकसारखं मनात येतं- स्वारी सुरक्षित परत येईल ना? मागच्या पत्रानंतर त्यांच्याकडून काहीच कळलं नाही. मामंजी म्हणतात, विनायकाचे ग्रह चांगले आहेत. काळजी करायचं काही कारण नाही.

माझा नाही यावर विश्वास बसत. या अँथनिया बोटीवरल्या साऱ्याच माणसांचे ग्रह वाईट होते?

सासूबाई मंगळवार करायला सांगताहेत. एकीकडून त्यांचं ऐकावंसं वाटतं, दुसरीकडून मैत्रिणी थट्टा करतील ही भीती वाटते.

स्वारी परदेशी कशाला गेली असं झालंय मला. त्यांच्या पूर्वीच्या शिक्षणावर चार पैसे कमी मिळाले असते, तरी आम्ही जन्मभर सुखानं राहिलो असतो. पण आता—

नाही नाही त्या कल्पना मनात येतात. मन कसं गोंधळून जातं. आपल्या आयुष्याला काही अर्थ नाही असं वाटू लागतं.

दादा, काय रे करू मी?

तुझी दुर्दैवी,
ताई

* * *

बंगलोर,
ता. १५-९-३९

प्रिय ताई,

सप्रेम आशीर्वाद.

तुझं पत्र पोचलं. वेडे पोरी, जगणं म्हणजे कल्पनेत रमणं नव्हे. अनुभव घेणं म्हणजे जगणं. तुझ्या दाढेवरनं तरी तुला हे कळायला हवं होतं!

तुला विनायकरावांविषयी काळजी वाटणं स्वाभाविक आहे. पण त्या काळजीचं स्वरूप किती बालिश आहे! तुझ्या पत्रावरून तू कॉलेजात दोन-तीन वर्षे काढली

आहेस हे खरंसुद्धा वाटणार नाही कुणाला!

लढाईमुळे युरोपातल्या देशांत काय हाहाकार उडाला असेल याची तुला कल्पना आहे का? कालच कुठंसं एक चित्र आलं आहे. त्यात एक सैनिक लढाईवर जाताना आपल्या चार वर्षांच्या मुलाचं चुंबन घेत आहे. मोठं हृदयस्पर्शी दृश्य आहे ते! पण त्या चित्रातल्या सैनिकाच्या डोळ्यांत मुलाविषयीचं प्रेम तेवढं आहे. एकसुद्धा अश्रुबिंदू नाही.

ताई, या सैनिकांनी काय युद्ध व्हावं म्हणून देवापाशी प्रार्थना केली होती? तुझ्याइतक्याच निरपराधी अशा लक्षावधी स्त्रियांचे पती आज मृत्युमुखात जाऊन उभे राहिले आहेत; त्यांचं दु:ख...

ही व्याख्यानाची लहर इथंच थांबवितो.

माझ्या फुलझाडांवरल्या प्रयोगात एक गोष्ट अगदी निश्चित झाली आहे. बागेतल्या फुलझाडांत रानवेलींची जीवनशक्ती असत नाही!

ताई, तू आयुष्य ही एक बाग मानीत आहेस. ती बाग नाही, ते अरण्य आहे.

कुठल्या तरी कामात तू आपलं मन गुंतवून घेतलं असतंस, म्हणजे विनायकरावांच्या आठवणीनं तुला होणारं दु:ख निश्चित कमी झालं असतं.

ताई, जगात प्रत्येकाच्या आयुष्याला अर्थ आहे, पण बहुतेक माणसं आपल्या आयुष्यावर नाखूश असतात. याचं कारण सांगू का तुला? आयुष्याच्या ग्रंथातून त्यांना हवा तो अर्थ निघत नाही.

तुझा,
दादा

* * *

मुंबई
ता. २४-९-३९

प्रिय दादा,

सप्रेम नमस्कार.

तुम्हा शास्त्रीय विषय शिकवणाऱ्या लोकांना काळीजबिळीज काही नसतंच का रे? फुलझाडं असोत नाही तर माणसांची मनं असोत, त्यांची चिरफाड करण्यातच तुम्हाला आनंद वाटतो.

परवा कुठल्याशा महाराजांची बोट पकडल्याची बातमी पसरली होती. त्या बोटीवर आणखी खूप हिंदी माणसं होती असंही लोक म्हणू लागले. ती बातमी ऐकून आमच्या घरात साऱ्यांच्या तोंडचं पाणी पळालं. मी तर दिनूभाऊजींना घेऊन तडक मुंबईला आले. तिथल्यापेक्षा इथं कुठलीही बातमी चटकन कळते. इथं

आल्यावर ती बोटीची बातमी अजिबात खोटी होती असं कळलं. माझा जीव कसा भांड्यात पडला.

पण मुंबईत राह्यलाही माझं मन घेत नाही. इथं रात्रीच्या अंधूक दिव्यांपासून सिनेमाच्या रोडावलेल्या शेवटच्या शोपर्यंतच्या साऱ्या गोष्टी माणसाला लढाईचीच आठवण करून देतात.

त्यांचं पत्र येऊन महिना झाला. कुठं असतील ते?

दादा, काही-काही सुचत नाही मला. उद्या संध्याकाळच्या मेलनं तुझ्याकडं येते. स्टेशनवर ये हं.

तुझी,
ताई

ता.क.- बायका म्हणजे कुंडीतली फुलझाडं हे तुझं म्हणणंच शेवटी खरं ठरतंय! कुंड्यांतून बाहेर काढल्या की, त्या लगेच सुकतात!

* * *

बेळगाव,
२६-९-३९

प्रिय दादा,

सप्रेम नमस्कार.

काल स्टेशनावर साऱ्या गाडीत तू मला शोधलं असशील.

तू सेकंड क्लासच्या डब्यापाशी आलास तेव्हा त्याच्यातून एक उंच पिंगट डोळ्यांची नि हसऱ्या चेहऱ्याची मुलगी खाली उतरली ना?

ही मुलगी जर मला गाडीत भेटली नसती, तर मी थेट तुझ्याकडे आले असते नि स्टेशनवर तू दिसताच तुझ्या गळ्यात गळा घालून रडले असते.

पण... कल्याण मागं पडल्यावर तिनं आपणहून माझी ओळख करून घेतली. लढाई सुरू झाल्यामुळे मी फार काळजीत आहे असं ऐकताच ती हसू लागली.

प्रथम तिच्या हसण्याचा राग आला! पण नंतर तिची सर्व हकिकत जेव्हा ऐकली...

ती मुलगी ज्यू आहे. तिचं प्रेम एका जर्मन कलावंतावर बसलं. त्यांचं लग्न जर्मनीत होणं शक्यच नव्हतं! म्हणून त्यांनी काय युक्ती काढली आहे का ठाऊक? तिचा प्रियकर हिंदुस्थानात आला. ही इंग्लंडमध्ये गेली. इथं त्याचा धंदा चांगला चालायला लागल्यावर हिने इकडे यायचं नि मग लग्न करायचं असं त्या दोघांचं ठरलं होतं.

त्याच्या पत्राप्रमाणं ती निघाली नि मुंबईला येऊन पोहोचली. पण आता तो आहे तुरुंगात! त्याचं पत्र गेल्यावर लढाई सुरू झाली नि साऱ्या जर्मन लोकांना पकडण्यात आलं. हिचा प्रियकरही त्यात सापडला.

मुंबईलाच तिला हे कळलं, पण ती डगमगली नाही. बंगलोरला तो अटकेत आहे. तिथं जाऊन तुरुंगातच त्याच्याशी लग्न करायचं ठरवलं आहे तिनं!

एखाद्या कादंबरीसारखं वाटतं, नाही हे?

पुणे सुटल्यावर तिचा डोळा लागला. पण काही केल्या मला झोप येईना. माझ्या डोळ्यांपुढं दोन चित्रं नाचू लागली. एक ती मुलगी नी दुसरी मी! माझ्यापेक्षा एखाद्या वर्षानं लहानच असेल ती! पण तिचा धीर, तिचं धाडस, संकटांवर मात करायची तिची ईर्ष्या- तिच्या पासंगालासुद्धा लागणार नाही मी या गुणात! माझ्यासारखी हिंदू स्त्री पाहुणे घरी आले तर चार चांगले पदार्थ करील आणि रात्र पडल्यावर नवरा घरी आला नाही तर काळजी करीत बसेल. पण तिला माहेरी जायलासुद्धा सोबत लागेल; मग तुरुंगातल्या मनुष्याशी लग्न लावायची गोष्ट दूरच राहिली! आपलं मनुष्य तुरुंगात गेलं, की ती मुळुमुळु रडत बसेल! असं का बरं व्हावं?

आगगाडीच्या चाकांबरोबर माझं मन एकसारखं खडखडाट करीत फिरत होतं.

एक गोष्ट मला स्पष्ट कळून चुकली. माहेर, सासर, शाळा, कॉलेज- या साऱ्या आम्हा बायकांच्या कुंड्या आहेत अजून. मग रानवेलीसारखं दूरदूर मुळं पसरण्याचं सामर्थ्य आमच्या अंगात कुठून यावं?

बेळगाव जवळ आलं तेव्हा मी खिडकीतून बाहेर पाहिलं. आभाळ अंधारलं होतं.

मी मनात त्या अंधाराचं स्वागत केलं.

आभाळ अंधारल्याशिवाय कधी पाऊस पडेल का?

विनायकराव परत येईपर्यंत आमच्या शेतीच्या खेड्यात जाऊन साक्षरतेचं काम करायचं ठरवलं आहे मी.

खेड्यात आणखीही एक फायदा आहे! कुंडीतली फुलझाडं तिथं फारशी दिसायची नाहीत! जिकडे पाहावं तिकडे रानवेलीच दिसतील, नाही?

तुझी,
ताई

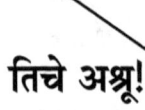

तिचे अश्रू!

"या जगात प्रत्येकाला जगण्याचा अधिकार आहे." श्रोत्यांतून टाळ्यांचा कडकडाट झाला. प्रो. कात्रे यांनी स्मितपूर्वक त्या टाळ्यांचा स्वीकार केला.

तरलेचे लक्ष प्रोफेसरांकडे गेले. ते आपल्याकडे पाहत आहेत असा तिला भास झाला.

लगेच स्वतःची चूक तिच्या लक्षात आली. तिला वाटले, आपल्या जवळच प्रो. कात्र्यांची पत्नी कुठे तरी बसली असावी, तिच्याकडे ते पाहत असतील!

या अज्ञात पत्नीचा तिला हेवा वाटला. तिच्या मनात आले, प्रोफेसरसाहेबांनी बायकांच्या बाजूला पाहिले, ते आपल्या पत्नीशी नेत्रपल्लवी करण्याकरिताच असावे! खरेच, अशा डोळ्याडोळ्यांच्या संभाषणात केवढा आनंद आहे! नवरा एखाद्या शूर पुरुषाप्रमाणे व्यासपीठावर उभा, त्याच्या प्रत्येक वाक्याला श्रोत्यांतून टाळ्या मिळत आहेत आणि हा त्याचा गौरव पत्नीला पाहायला मिळत आहे!

प्रोफेसर पुढे बोलू लागले-

"या अनाथ बालकाश्रमातल्या मुलामुलींतूनही राष्ट्राचा उद्धार करणारी एखादी थोर विभूती निर्माण होईल. नाही कुणी म्हणावं? नीती-अनीतीच्या कल्पनांना कवटाळून या कलिकांचा चोळामोळा करणं यापेक्षा जगात दुसरं मोठं पाप नाही."

पत्र्यांवर ताडताड गारांचा पाऊस पडावा, तसा टाळ्यांचा कडकडाट झाला.

श्रोत्यांच्या टाळ्या थांबल्या तरी तरलेचे हात कौतुकाने आपले काम करीतच होते. प्रोफेसरांचे वाक्य तिच्या कानात अजून घुमत होते- 'नीती-अनीतीच्या कल्पनांना कवटाळून या कलिकांचा चोळामोळा करणं...'

तिच्या मनात आले, उभ्या जन्मात असे एक वाक्यसुद्धा आपल्या तोंडातून कधी बाहेर पडले नाही! आणि असले वाक्य एखाद्या वेळी आपल्याला सुचले तरी शेकडो माणसांसमोर ते बोलण्याचा धीर आपल्याला होईल का?

नको गं बाई! इतक्या माणसांसमोर जाऊन नुसते उभे राहायचे म्हटले तरी

आपले पाय लटपट कापू लागतील. मग तोंडातून शब्द बाहेर काढणे लांबच राहिले.

ती विलक्षण आदराने प्रोफेसरांकडे पाहू लागली. तिला वाटले, नदीला मोठा पूर आला असावा, तांबड्यालाल पाण्याच्या लाटांवर लाटा उसळत असाव्यात, ते पाणी पाहून काठावर उभ्या राहिलेल्या माणसांचे डोळे फिरून जात असावेत आणि अशा महापुरातून एखादा मनुष्य लीलेने आपले डोके वर काढून पोहत असावा- अगदी तस्से आपल्यासमोरचे दृश्य आहे!

पावसाची मुसळधार सर यावी तसे कात्र्यांचे वक्तृत्व सुरू झाले होते -"नीती? माणुसकीपेक्षा नीती काही निराळी नाही! आपल्या समाजाचं मंदिर या जुन्या नीतीच्या कल्पनांनी पोखरून गेलं आहे. ते जमीनदोस्त करून त्या ठिकाणी आता नवा बंगला बांधला पाहिजे. आपल्या समाजवृक्षाला कीड लागली आहे. हा वृक्ष तोडून टाकून त्या ठिकाणी नवा वृक्ष लावला पाहिजे. आपल्या समाजपुस्तकाची पहिली आवृत्ती फार जुनाट झाली आहे. पण अजून बाजारात या आवृत्तीची कसरीनं खाल्लेली पुस्तकंच विकली जात आहेत. ती पुस्तकं रद्द करून आपणाला नवीन सुधारून वाढवलेली आवृत्ती काढली पाहिजे! समाजातल्या नीतिनियमांचा टाइप वापरून वापरून फार झिजला आहे. आता हा टाइप वितळून टाकून आपल्याला नवा टाइप निर्माण केला पाहिजे."

प्रोफेसर बोलत होते, तरला डोलत होती, नि लोक टाळ्या वाजवीत होते.

तरला कौतुकाने मनात म्हणत होती, 'यांना इतकं हे सुचतं तरी कसं? अशा बुद्धिवान मनुष्याची ओळख होणं हेसुद्धा केवढं भाग्य आहे!'

अनाथ बालकाश्रमातल्या मुलांना लोकांनी सहानुभूतीने वागवावं म्हणून प्रो. कात्रे जीव तोडून बोलत होते. जुन्या विचारांच्या तटबंदीवर त्यांनी आज आपल्या वक्तृत्वाच्या सर्व तोफा डागल्या होत्या.

त्यांच्या प्रत्येक वाक्याबरोबर तरलेच्या मनाला विलक्षण आनंद होत होता. प्रोफेसर सर्व समाजापुढे अनाथ बालकांचीच नव्हे, आपलीही वकिली करीत आहेत असा तिला भास होत होता.

लवकरच कात्र्यांच्या भाषणापेक्षाही आपल्या आयुष्यातल्या जुन्या आठवणीत ती अधिक रंगून गेली.

सुंदर रूपामुळे ती खेड्यातल्या श्रीमंत स्थळी पडली होती. पण दैवाला ते सहन झाले नाही. लग्नानंतर ती विधवा झाली.

सख्ख्या सासूखेरीज तिला जवळचे असे कुणीच नव्हते. नात्यागोत्याची खूप माणसे खेड्यातल्या त्या भल्यामोठ्या घरात तिच्याभोवती गर्दी करून असत. पण त्या गर्दीत तिला गुदमरल्यासारखे होई. सकाळपासून संध्याकाळपर्यंत तिला इकडची

काडी तिकडे करावी लागत नसे. असे असूनही तिच्या मनाला कधी क्षणाचाही स्वस्थपणा लाभला नाही.

सकाळी गोठ्यात गडी गायीचे दूध काढू लागला की, ती सहज तेथे जाई. दूध काढायच्या आधी वासरू गायीकडे जाण्यासाठी विलक्षण धडपड करी आणि लुचण्याकरिता सोडल्यावर आईला ढुशा मारी. हे पाहून तरलेचे मन बेचैन होई. तिला वाटे- आपल्याकडे दुडुदुडु धावत येणारे एखादे बाळ असते तर- पिण्याकरिता लहान मूल जेव्हा आईच्या पदराआड आपले डोके लपविते, तेव्हा तिला किती विलक्षण आनंद होत असेल! खिन्न मनाने धार पुरी व्हायच्या आधीच ती गोठ्यातून निघून जाई.

देवळाच्या पलीकडेच तिचा उसाचा मळा असे. ऊस खूप उंच झाला की, तिला त्या मळ्यातून फिरण्याची मोठी गंमत वाटे. एकदा ती अशी फिरत असताना पलीकडे ऊस सळसळला. ती भीतीने एका बाजूस लपून राहिली.

शंकर गड्याची बायको धावत येत होती. तिच्या अंगावरल्या लुगड्याच्या चिंध्या झाल्या होत्या. पण तिच्या मुद्रेवर आनंद नुसता ओसंडून वाहत होता. शंकर तिच्या मागोमागच धावत आला. त्याने हा हा म्हणता तिला पकडले आणि-

ते दृश्य तरलेने अगदी अतृप्त दृष्टीने पाहिले.

त्या दिवशी रात्री काहीही होत नसताना तिला घटकाभरसुद्धा स्वस्थ झोप आली नाही. अंगाला कुसरडा लागल्यावर कितीही चोळले तरी त्याची कुसे नाहीशी होत नाहीत. आपल्या मनालाही तसेच काहीतरी झाले आहे असे तिला त्या रात्री वाटले.

शंकर गड्याची बायको नि गायीचे वासरू राहून राहून तिच्या डोळ्यांपुढे उभी राहू लागली. तिचे मन म्हणत होते, जे सुख पशूंना मिळते, जे सुख दरिद्री माणसांना मिळते, ते तिला का मिळू नये?

दररोज रात्री आपल्या खोलीतल्या खिडकीतून आकाशाकडे पाहत ती उभी राही. पण स्वत:ला पडलेला हा प्रश्न तिला कधीच सुटला नाही.

एखाद्या रात्री ती आपली उशी अश्रूंनी चिंब भिजवून टाकी. पण त्या अश्रूंनी तिच्या हृदयातली आग विझली नाही.

पुनर्विवाह!

खेडेगावातल्या मुलीच्या दृष्टीने केवढे मोठे दिव्य होते ते! वडील, सासू, नातेवाईक, सारी म्हणत, 'एक कुंकू सोडलं, तर तरलेला काय कमी आहे?'

त्यांच्या तोंडावर उत्तर देण्याचा धीर तिला कधीच झाला नव्हता!

पण त्यांची पाठ फिरली म्हणजे ती स्वत:शी म्हणे, 'या माणसांना काही मन आहे का?'

सासू मरण पावताच तरलेने शहरात जाऊन राहायचे ठरविले.

शहरात नुकताच अनाथ बालकाश्रम स्थापन झाला होता. श्रीमंत तरलेकडे आश्रमाचे चालक गेले.

अनाथ मुले!

तिने हौसेने आश्रमाला चांगली देणगी दिली.

स्वप्नातून जागे व्हावे त्याप्रमाणे सावध होऊन तरलेने समोर पाहिले.

आश्रमाचे चालक प्रो. कात्र्यांचे आभार मानीत होते, ''कात्रे हे आमच्या शहराचं भूषण आहेत! पुण्या-मुंबईच्या जोडीला आपलं शहर यावं, यासाठी ते रक्ताचं पाणी करीत आहेत. समाजाच्या रागालोभाला न भिता माणुसकी हाच खरा धर्म आहे असं प्रतिपादन करणारे त्यांच्यासारखे थोर वक्ते विरळाच सापडतील.'' इत्यादी इत्यादी.

तरलेला वाटले, प्रोफेसर कात्रे ही एक मोठी विभूती आहे. माणसांची पूजा करण्याची पद्धत असती, तर आपण...

चालक प्रोफेसरांच्या गळ्यात हार घालीत होते ते पाहून तिला वाटले, हा हार घालण्याची संधी आपल्याला मिळाली असती तर...

लगेच तिच्या मनात आले, छे! ते पाहून त्यांच्या बायकोला काय वाटले असते?

चहाच्या वेळी प्रोफेसरांच्या पत्नीचा व आपला परिचय होईल अशी तिची कल्पना होती.

आश्रमाच्या चालकांनी तिची प्रोफेसरसाहेबांशी ओळख करून दिली. त्यांच्याजवळ बसलेली तरुणी त्यांची पत्नी असेल अशा समजुतीने तरलेने तिला नमस्कार केला.

अर्धवट कात्र्यांकडे व अर्धवट त्या तरुणीकडे पाहत तरलेने विचारले, ''मुलं आणली नाहीत वाटतं?''

त्या तरुणीने हसत विचारले, ''कुणाची मुलं? मी यांची मैत्रीण आहे, बायको नव्हे!''

कात्रे एवढ्या मोठ्याने हसले, की उभ्या जन्मात त्यांनी असला विनोद ऐकला नसावा.

तरला मनात लाजून गेली. पण गप्प बसणे अगदीच गैर दिसले असते म्हणून ती कात्र्यांना म्हणाली, ''आपल्या पत्नी का आल्या नाहीत?''

''नेहमी आजारी असते ती!''

तरलेला फार वाईट वाटले. मोठ्या माणसांना नेहमी दु:खी ठेवण्यातच देवाला आनंद होत असावा असे काहीतरी तिच्या मनात आले. ती प्रोफेसरांना म्हणाली, ''केव्हातरी सवडीनं माझ्याकडे चहाला याल का?''

''अवश्य!''

'अवश्य' हा शब्द उच्चारताना प्रोफेसरांनी तरलेकडे पाहून जे स्मित केले, ते

घरी गेल्यावर तिला एकसारखे आठवत होते. मात्र प्रोफेसर आपला शब्द लवकर खरा करून दाखवतील अशी तिला मुळीच कल्पना नव्हती.

त्यामुळे रात्री दहा वाजता दरवाजावरली घंटा वाजली तेव्हा इतक्या अवेळी आपल्याकडे कोण आले असावे याविषयी तिला आश्चर्य वाटले. प्रोफेसरसाहेबांची स्वारी पाहताच हे आश्चर्य द्विगुणित झाले.

प्रोफेसर मोठ्या मधुर वाणीने म्हणाले,

''माझ्या येण्यानं आपली झोपमोड तर झाली नाही ना?''

''छे! मी काही लवकर झोपत नाही!''

''का? अपुऱ्या झोपेनं स्त्रीचं सौंदर्य नाश पावतं हे ठाऊक नाही वाटतं तुम्हाला?'' हसत हसत कात्र्यांनी विचारले.

काय बोलायचे ते तरलेला सुचेना.

एक शंका मात्र राहूनराहून तिच्या मनात येत होती- आपली पत्नी आजारी आहे असे संध्याकाळी प्रोफेसरांनी सांगितले होते. मग अशावेळी त्यांनी घरी असायला नको का? तिने हळूच विचारले, ''आपल्या पत्नीची प्रकृती कशी आहे?''

''ती अगदी शतायुषी होणार आहे!'' सिगारेटच्या धुराच्या वलयांकडे पाहत शांतपणाने प्रोफेसर उद्गारले.

तरला कोड्यात पडली. नवराबायकोचे काहीतरी बिनसले असावे हे उघड होते. पण आजच संध्याकाळी आपली व कात्र्यांची ओळख झालेली. मनुष्य स्वभावाने कितीही मोकळा झाला तरी पाच तासांच्या परिचयात आपले मन दुसऱ्याशी उघडे करण्याचा धीर त्याला कसा होईल?

ती स्तब्ध राहिली. प्रोफेसर बोलू लागले, ''तरलाबाई, हृदयाच्या जखमा मोठ्या वाईट असतात. त्या बांधून ठेवण्यापेक्षा उघड्या केल्या तर माणसाला बरं वाटतं; पण वाटेल तिथं त्या उघड्या करून चालत नाहीत. कुठली जखम केव्हा सेप्टिक होईल याचा नेम नसतो.''

तरला सहानुभूतीने त्यांच्याकडे पाहू लागली. प्रोफेसर म्हणाले, ''तरलाबाई, माझ्याइतका दुर्दैवी मनुष्य उभ्या जगात नसेल. सकाळपासून संध्याकाळपर्यंत अगदी घाण्याला जुंपल्यासारखी माझी स्थिती असते. सकाळी साऱ्या संस्थांच्या भानगडी, दुपारी कॉलेज, संध्याकाळी कुठं ना कुठं व्याख्यान- घटकेची विश्रांती मिळत नाही मला. सारी कामं संपवून घरी जावं तर तिथं बायको आपली कपाळाला आठ्या घालून तयार आहे. तुम्हीच सांगा आता. प्रेमाच्या साध्या स्पर्शानं माणसाचा सारा शीण नाहीसा होतो, पण तो स्पर्शच आमच्या कपाळी नाही. घरी जावं तो आपल्या हिच्या तक्रारी आहेतच- मीना ओकली नि दिनाला परसाकडे झालं नाही. गड्यानं कोळसे आणले ते वाईट निघाले नि वाण्यानं साखरेत फसवलं.''

प्रोफेसरांचे सांत्वन कसे करायचे ते तरलेला कळेना. काहीच सुचेना तेव्हा ती त्यांच्याजवळ येऊन उभी राहिली.

तिच्याकडे पाहत प्रोफेसर उद्गारले, ''या कर्मकटकटींनी कपाळ कसं तापून जातं पाहा!''

तरलेचा हात घेऊन तो त्यांनी आपल्या कपाळावर ठेवला. त्यांनी हात हातात घेतला तेव्हा तो मागे घेण्याची तरलेने क्षणभर चुळबुळ केली. पण कात्र्यांच्या कपाळाचा चटका बसताच तिने करुणेने आपला हात त्यांच्या कपाळावर राहू दिला.

कात्र्यांची तरलेच्या घरी रात्री दहा वाजता नियमित फेरी होऊ लागली.

एखादे दिवशी ते तिला घेऊन हवा खायला जात; एखाद्या दिवशी सिनेमाला जात.

गडीमाणसांच्या हातावर मोकळ्या मुठीने पैसे ठेवण्याचा त्यांचा प्रघात होता; त्यामुळे तरलेच्या घरातले एक मांजर सोडून बाकी सर्वांना प्रोफेसरसाहेब आवडू लागले.

त्यांचे कुठलेही व्याख्यान तरला चुकवीत नसे.

कात्र्यांचे वक्तृत्व ऐकताना ती देहभान विसरत असे. किती निर्भीडपणाने ते बोलत-

''प्रत्येक तरुणाला नि तरुणीला प्रेम करायचा अधिकार आहे!''

''तरुणांनो, गुलाम होऊ नका. तरुणींनो, गुलामगिरीत खितपत पडू नका.''

''प्रीती हे नीतीचं जगातलं सर्वश्रेष्ठ स्वरूप आहे.''

प्रोफेसरांची अशा प्रकारची वाक्ये ऐकून तरलेला गुदगुल्या होत.

कुढत, रडत, निष्प्रेम आयुष्य घालविण्यापेक्षा आयुष्याच्या मार्गावर मिळणाऱ्या प्रीतीचा धैर्याने स्वीकार करण्यात जीवनाचे सार्थक आहे असे तिला वाटू लागले.

तिला कात्र्यांच्या बुद्धीविषयी आदर वाटत होता. आपल्या निष्प्रेम आयुष्याचे ते जे चित्र रेखाटीत, त्याची तिला करुणा येत होती. आपण एकटे राहणे म्हणजे कुजून मरणे ही कल्पना तिच्या मनात अगदी दृढमूल झाली होती!

या जगात आपण आणि प्रोफेसर यांच्याशिवाय कुणीही नाही असे एका क्षणी तिला वाटले.

तो क्षण आपल्या आयुष्यात आला नसता तर बरे झाले असते असेही मागाहून तिला वाटले; पण लगेच तिच्या मनात आले, त्या एका क्षणात तरलेचा पुनर्जन्म झाला. ती पूर्वीची भित्री तरला कुठल्या कुठे नाहीशी झाली.

एखाद्या लहान मुलाला अगदी अनपेक्षित असे खेळणे खेळायला मिळाले म्हणजे त्याला जसा साऱ्या जगाचा विसर पडतो, तशी तरलेची स्थिती झाली.

प्रोफेसर कात्र्यांसारखा मोठा मनुष्य आपला झाला आहे या आनंदात ती दंग

होती. लोक आपल्याविषयी काही वाईट बोलत असतील या कल्पनेने अस्वस्थ होण्याइतकीसुद्धा ती विचार करीत नसे. कुणी या गोष्टीची जाणीव तिला करून दिली असती, तर तिने हसतहसत उत्तर दिले असते, "मला लोकांशी काय करायचंय? मला हवं होतं ते मिळाल्यावर..."

अनाथ बालकाश्रमाच्या पुढच्या समारंभाला कात्र्यांचे जे भाषण झाले ते तिला गतवर्षीहूनही अधिक चांगले वाटले. कात्र्यांनी श्रोत्यांना विचारले, "कर्ण हा कुंतीला लग्नापूर्वी झालेला मुलगा होता. पण कर्णासारखा उदार वीर महाभारतात दुसरा कोण आहे? आणि महाभारत लिहिणाऱ्या व्यासाशी एका कुलीन कवीची तुलना करता येईल का?"

प्रोफेसरांच्या या प्रश्नांचे तरलेला केवढे कौतुक वाटले.

या प्रश्नानंतर त्यांनी लग्नसंस्थेवर जो हल्ला चढविला होता, तोसुद्धा किती विलक्षण होता.

कात्रे म्हणत होते, "लग्न भटाभिक्षुकांनी टाकलेल्या अक्षतांनी होत नाहीत. दोन माणसांच्या डोळ्यात नाचणाऱ्या प्रीतीच्या तुषारांनी होतात. लग्नाचा खरा शिक्का-मोर्तब म्हणजे रजिस्ट्रारच्या कचेरीचा शिक्का नव्हे. एका व्यक्तीनं दुसऱ्या व्यक्तीपुढं केलेला लाजरा कपोल आणि दुसऱ्या व्यक्तीनं त्यावर उठवलेली आरक्त मधुर मुद्रा! बाहुल्यांची लग्नं पृथ्वीवर होतात; माणसांची लग्नं स्वर्गात होत असतात."

कात्र्यांचे हे वक्तृत्व ऐकताना तरलेला वाटले, आपणा दोघांमधल्या प्रेमाचे किती सुंदर मंडन करताहेत हे! लोक आपल्या प्रेमाला खुशाल पाप म्हणोत! म्हणेनात! आपल्याला लोकांशी काय करायचंय? आपल्याला हवे ते आपल्याला मिळाले आहे.

पण जसजसे दिवस जाऊ लागले तसतसे तरलेला काहीतरी चुकल्याचुकल्यासारखे वाटू लागले. प्रोफेसरांची सारी व्याख्याने तिला आता तोंडपाठ झाली होती. पहिल्यापहिल्यांदा ती ऐकताना तिला जो विलक्षण आनंद होत असे तो आता हळूहळू ओसरू लागला. एक बुद्धिमान मोठा मनुष्य आपण अंकित केला आहे, एवढ्यावरच तिचे आता समाधान होईना.

ज्यांना मोठमोठी कामे करायची आहेत, त्यांनी आपल्या घरात मुलांची लुडबुड असू देऊ नये हे कात्र्यांचे म्हणणे तिला पहिल्यापहिल्यांदा खरे वाटले होते. आता मात्र तिच्या मनात येऊ लागले, पुरुष जन्मभर कुठल्या ना कुठल्या धुंदीवर जगू शकतात. पण बायकांना या धुंदीपलीकडचे काहीतरी हवे असते. सभेतल्या टाळ्या, गळ्यात पडणारे हार, रस्त्याने जाताना आपल्याकडे कौतुकाने पाहणाऱ्या लोकांची गर्दी- यांच्यामुळे कात्र्यांना आपले हात स्वर्गाला पोहोचले असे वाटत असेल, पण

आपल्याला...

तिला वाटले, पुरुषांची नुसती बुद्धी बघून घ्यावी!

लगेच तिच्या मनात एक नवी कल्पना चमकून गेली. ती स्वत:शीच उद्‌गारली, "पुरुषांना आपल्या बुद्धीचा एवढा अभिमान वाटतो. पण बायका हा हा म्हणता त्यांना फसवू शकतील."

ती स्वत:शीच हसली.

स्वत:ला दिवस गेले आहेत हे तिच्या लक्षात आले, तेव्हा तर हे हसे अधिकच बाहेर फुटले. मात्र तिने प्रोफेसरांच्या कानावर जेव्हा ही बातमी घातली, तेव्हा धरणीकंपाचा धक्का बसल्यासारखी त्यांची मुद्रा झाली.

तरलेशी परिचय होताच संततिनियमनाच्या सर्व साधनांशी त्यांनी तिची ओळख करून दिली होती.

* * *

ते कपाळाला हात लावून बसले.

"इतकं वाईट वाटायला काय झालं?" तरलेने प्रश्न केला.

"मग काय, मला मुलगा झाला म्हणून पेढे वाटत सुटू?"

"आज नाही तर उद्या वाटावे लागतीलच!"

"तर-तर! सारे संततिनियमनवाले लुच्चे आहेत लेकाचे! एकेकावर बेअब्रूची फिर्याद ठोकायला हवी."

तोंडाला येईल ते कात्रे बडबडत होते. पण बडबडून या प्रश्नाचा निकाल लागणार नाही हे त्यांना ठाऊक होते.

खूप विचार करून ते म्हणाले, "तुला बाहेरगावी पाठवणार आहे मी!"

"हवा पालटण्याइतकी काही माझी प्रकृती बिघडली नाही!"

जवळ येऊन क्रूर नजरेने तिच्याकडे पाहत ते म्हणाले, "माझ्या अब्रूची राखरांगोळी व्हायची वेळ आली आहे नी तुला हवापालटाचे डोहाळे लागत आहेत. ते काही नाही. तुला इथून बाहेर जायलाच हवं! बाहेरगावी माझे एक डॉक्टरमित्र आहेत, ते तुला चटकन मोकळी करतील!"

तरलेच्या नजरेला नजर देण्याचा धीर न झाल्यामुळे प्रोफेसरसाहेब दुसरीकडे पाहू लागले. थोड्या वेळाने त्यांनी तरलेकडे पाहिले. तिच्या डोळ्यांत अश्रू उभे राहिले होते.

तिची पाठ थोपटीत ते म्हणाले,

"भित्री कुठली!"

तरला विकटपणाने हसली. आताचे तिचे हसणे कात्र्यांना मघाच्या तिच्या

अश्रूंपेक्षाही भयानक वाटले.

दुसरे दिवशी तरला एकाएकी नाहीशी झाल्याचे कळताच कात्रे गोंधळून गेले. तरला हे एक कोडे आहे असे त्यांना वाटू लागले.

या कोड्याचा उलगडा तिसरे दिवशी त्यांना आलेल्या तिच्या पत्राने केला.

"प्रोफेसरसाहेब, परवा तुम्ही तरलेला भित्री म्हटलंत; पण खरे भित्रे तुम्ही आहात. अगदी मुलखाचे भ्याड आहात तुम्ही!

तुमच्या जिभेच्या आतषबाजीला तरला भुलून गेली. तिला वाटलं, एवढा शूर मनुष्य आपला पाठीराखा असताना तरलेनं बंडखोर का होऊ नये?

पण तुमची सारी बंडखोरी बडबडीत आहे, मनानं तुम्ही नादान गुलाम आहात. अनाथ बालकांचा एवढ्या मोठ्या आवेशानं कैवार घेणारे तुम्ही, पण स्वत:च्या विलासातून जन्माला येणाऱ्या पोराचा पोटातल्या पोटात खून करायची सूचना तुम्ही किती शांतपणानं केलीत! ते पोर तुमच्या कीर्तीला काळिमा फाशील असं तुम्हाला वाटलं! होय ना?

आग लागो तुमच्या त्या बेगडी कीर्तीला, बायका प्रीतीसाठी जगतात. कीर्तीसाठी नाही!

तुम्हाला नवल वाटेल- संततिनियमनाची साधनं वापरायचं मी आपणहून सोडून दिलं.

मला मूल हवं होतं. आई होण्यासाठी माझं मन हुरहुरत होतं.

माझ्या पोटातल्या निरपराधी गोळ्याविषयी तुम्ही भयंकर बोलला, तेव्हा माझ्या डोळ्यांत जे अश्रू आले ते भीतीचे नव्हते. ज्या व्यक्तीला मी मोठी मानून माझं सर्वस्व अर्पण केलं, तिचा क्षुद्र ढोंगीपणा पाहून माझ्या डोळ्यांत ते पाणी उभं राहिलं होतं."

/

खोल, खोल!

पंधरा जूनला वसंत आणि शरद यांनी त्या चार खोल्यांपैकी दोन आपल्या ताब्यात घेतल्या. तसे पाहिले तर एलएल.बी.च्या विद्यार्थ्यांनी इतक्या लवकर येण्याची काहीच जरुरी नसते. लेक्चर्स एक जुलैच्या मानाने सुरू होतात आणि नुसती टर्मच भरायची असली तर आणखी चार-आठ दिवस उशिरा आले तर चालण्यासारखे असते.

पण या दोघा मित्रांना बी.ए.च्या परीक्षेच्या वेळी केलेल्या अभ्यासाचा वचपा काढायचा होता. मधल्या मे महिन्यात त्यांनी पुस्तकाला हातसुद्धा लावला नव्हता हे खरे. पण या दिवसात खेड्यात आंबे भरपूर मिळाले तरी त्यांची चित्रपटांची उणीव कशी भरून निघणार? खेड्यात सिगारेट ओढण्याचीसुद्धा चोरी! कुणीतरी वडील माणसांना जाऊन सांगेल ही भीती. चोरूनमारून तो आनंद लुटायचा म्हटले तरी भिकारड्या खेड्यात कॉलेज-विद्यार्थ्यांना आवडणारी सिगारेट तरी कुठे मिळत असते?

त्यामुळे या दोघा दोस्तांनी एलएल.बी.चा अभ्यास फार कठीण असतो अशी आपल्या खेडवळ आईबापांची खात्री करून देऊन बारा जूनलाच कॉलेजचे प्रस्थान ठेवले. दोन दिवसांत त्यांना हव्या तशा खोल्या मिळाल्या. पलीकडच्या दोन रिकाम्या खोल्यांतही दोन-चार दिवसांत कोणीतरी विद्यार्थी राहायला येतील असे मालक म्हणाला होता. विद्यार्थ्यांशिवाय दुसऱ्या कोणालाही तो या खोल्या देत नसे.

वसंत आणि शरद यांना हे ऐकून फार आनंद झाला. ते मनात म्हणाले : पलीकडे संसारी मनुष्याचं बिऱ्हाड आलं तर एखाद्या खप्पड बाईचं दिवसातून दहा वेळा दर्शन घ्यायची पाळी आपल्यावर येईल. तिची पोरं रात्री-अपरात्री रडून आपली झोपमोड करतील, आपल्याला पत्ते खेळायची लहर आली तर शेजारी दोन गडीसुद्धा मिळणार नाहीत आणि आपल्या ओळखीची एखादी कमल अगर विमल आपल्या खोलीत गप्पा मारायला आली, 'सिगारेट हवी का?' म्हणून आपण तिची

थट्टा केली नि तिनंही गमतीनं ती घेऊन थोडासा धूर काढला, तर शेजारच्या बिऱ्हाडात हाहाकारच उडेल! छे! या लग्न झालेल्या लोकांना प्रेमाची गोडी मुळीच कळत नाही! मोठे अरसिक रूक्ष लोक असतात हे. नवऱ्यानं भाजी आणायची आणि बायकोनं ती शिजवायची, हाच काय तो त्यांचा रोमान्स!

* * *

वसंत आणि शरद यांना शेजारी आपल्यासारखेच तरुण विद्यार्थी यावे अशी फार इच्छा होती. पण योगायोग मोठा आडमुठा आहे. तो मनुष्याची इच्छा कधीच पाहत नाही!

सोळा जूनच्या दिवशी संध्याकाळी शेजारच्या खोल्यांतले सामान येऊ लागले. त्यात पाळणा दिसताच या दोघा मित्रांनी एक लांब सुस्कारा सोडला.

मालकाच्या सांगण्यावरून बी.टी.करिता आलेले एक संसारी मास्तर आपल्या शेजारी येत आहेत एवढे त्यांना कळले. त्यांच्या मनातील आशा पुन्हा पालवली. हो, बी.टी.ला येणाऱ्या मनुष्याची बायको थोडीतरी नवीन पद्धतीची असलीच पाहिजे.

पण दुसरे दिवशी सकाळी सुपारीएवढा अंबाडा असलेली एक हडकुळी फिकट बाई एक लहान मूल घेऊन जेव्हा फाटकातून आत शिरली- तेव्हा आंबट तोंड करून वसंत मनात म्हणाला, 'गंगावनं फार स्वस्त मिळतात हे या बाईला कुणीतरी सांगायला हवं!'

शरदचे मनही गप्प बसले नव्हते. ते म्हणत होते- या पोराला कुंची काय घातलीय या अप्सरेनं? चांगलं लोकरीचं टोपरं घालायचं सोडून- छी! कमल आमच्याकडे चहाला येईल, त्यावेळी हे ध्यान पाहून ती म्हणेल, 'ही खोली सोडून पळून का गेला नाही तुम्ही?' ब्रह्मदेवाच्या सृष्टीत सौंदर्याचा दुष्काळ पडला होता, तेव्हाच ही बाई जन्माला आली असावी!

त्या बाईच्या मागून चार-पाच वर्षांच्या एका मुलाचे बोट धरून सुमारे तीस वर्षांचा एक गृहस्थ फाटकात शिरला. त्याने मिश्या काढल्या नव्हत्या, फ्रेंचकट केला नव्हता, किंबहुना वाढलेले गवत कापून त्याने टर्फ केले तरच ते बरे दिसते याचीही त्याला कल्पना नव्हती.

चिरंजीव आत आले, ते पंपाकडे धावतच गेले.

चहाचे कप विसळणारा गडी पंपाचे पाणी काढीत होता ते पाहून टाळ्या पिटीत तो मुलगा उद्गारला, "या पंपात किती पाणी भरलंय हो बाबा! नाहीतर आपली विहीर! एक कळशी काढायला किती वेळ लागतो!"

शरद आणि वसंत यांच्या मनात आले, बाप आणि त्यातून मास्तर! मग हा

मिशावाला मनुष्य थोडाच गप्प बसणार आहे! आता तो मुलाला एक व्याख्यान सुनावल्याशिवाय राहणार नाही.

त्यांचा तर्क अगदी बरोबर ठरला. बाप मुलाला सांगू लागला, "पंपात पाणी नसतं राजा! आपण दोर लावून कळशी विहिरीत सोडतो नि पाणी काढतो ना! तसं यंत्रानं होतं इथं!"

"इथं वर पाणी नाही?" पंपाशी खेळत खेळत राजाने विचारले.

"छे, पाणी कधी असं वर असत नाही!"

"ते खोल का असतं?"

"पाणी वर असतं तर उन्हानं सुकून गेलं असतं- अगदी नाहीसं झालं असतं नि मग कुणाला प्यायलासुद्धा पाणी मिळालं नसतं; म्हणून देवानं ते जमिनीच्या पोटात खोल खोल झाकून ठेवलंय!"

"खूप खोल गेलं तर खूप पाणी मिळतं?"

"हो! नि ते पाणी फार फार गोड असतं म्हणे!"

बापलेकाचा हा संवाद सुरू झाला तेव्हा शरद आणि वसंत गालातल्या गालात हसत होते. पण ही गमतीची प्रश्नोत्तरे संपली, तेव्हा एखादे सुंदर दृश्य डोळ्याआड व्हावे तसा भास झाला त्यांना!

मुलाला घेऊन बाप शरद-वसंताच्या खोल्यांपुढे आला आणि नमस्कार करीत म्हणाला, "राजा, या काकांना नमस्कार कर!"

"बाय बाय!" राजाने सलामी दिली. "वेडा कुठला!" त्याचा गालगुच्चा घेत वडील उद्गारले. हसत हसत ते म्हणाले, "आमचा राजा फार अवखळ आहे. तुमच्या खोलीत येऊन पुस्तकं बिस्तकं फाडील. याला अगदी पाऊल टाकू देऊ नका तिथं."

"मी येणार," राजाने गर्जना केली.

आणि दुसरे दिवशीच त्याने शरद-वसंताच्या खोलीवर स्वारी केली. पाने, फुले, ऊन यांच्याविषयी त्याने इतके गमतीचे प्रश्न विचारले, की हसता हसता मुरकुंडी वळली त्या दोघांची. एका घटकेत कोपऱ्यात टाकलेल्या सिगारेटच्या रिकाम्या पेटीचा त्याने वास घेतला, विमानाप्रमाणे माणूस का उडत नाही हा प्रश्न विचारून त्यांना सतावून सोडले, आपली धाकटी बहीण आईच्या पोटात होती हा शोध त्यांना सांगितला आणि आई आजारी असताना तिला बरे वाटावे म्हणून खाऊला मिळालेले सारे पैसे आपण देवळातल्या देवापुढे ठेविले नि ती बरी झाली हा चमत्कारही त्याने निवेदन केला.

पहिल्या भेटीतच राजा, शरद आणि वसंत यांचा जिगरदोस्त झाला.

पंधरा दिवसांनी कमल या दोघा मित्रांकडे चहाला आली. शरदच्या मांडीवर

बसलेल्या राजाकडे पाहत तिने विचारले, ''हे शेंबडं पोर कुठून पैदा केलं?''

शरद हसत हसत बोलून गेला, ''जिथं नाक आहे तिथं शेंबूड असायचाच! नि मला वाटतं- बायकांनासुद्धा नाक असतं!''

हे शब्द तोंडातून बाहेर पडल्यावर आपण गप्प बसलो असतो तर बरे झाले असते असे त्याला वाटले. कमलची नि त्याची दोन वर्षांची ओळख होती. उलट राजाची दोस्ती होती सारी पंधरवड्याची.

कमलची क्षमा मागावी असे मात्र त्याला वाटले नाही. दोन-चार दिवसांनी तो तिला फिरायला बोलवायला गेला तेव्हा ती फणकाऱ्याने उत्तरली, ''मी नाही येत! त्या शेंबड्या पोराला घेऊन जा की फिरायला!''

दररोज संध्याकाळी शरद राजाला फिरायला घेऊन जाऊ लागला.

* * *

राजाच्या बाललीलांनी त्या दोघांना मोहिनी घातली. एवढेच नव्हे, तर त्याच्या आईबापांविषयीसुद्धा त्यांना आदर वाटू लागला.

बोलता बोलता जगन्नाथपंतांनी त्यांना आपली त्रोटक हकिकत सांगितली- पण ती राहून राहून या दोघा मित्रांना आठवे.

जगन्नाथपंतांनी जन्माला येऊन सारे तीन-चार चित्रपट पाहिले होते. अजून स्वत:चा एकसुद्धा फोटो काढून घेतला नव्हता त्यांनी. चार शर्ट नि तीन कोट एवढेच त्यांचे कपडे होते. पण...

आईबाप नसलेला जगन्नाथ वार लावून शिकला होता, शिकवण्यांच्या बळावर बी.ए. झाला होता. बी.ए. झाल्यावर आपल्यासारख्याच एका गरिबाच्या एकुलत्या एक मुलीशी त्याचे लग्न झाले. हजार पाचशे हुंडा देणाऱ्या मुली त्याला सांगून आल्या होत्या. पण दारिद्र्याचे दु:ख काय आहे याची कल्पना असल्यामुळे त्याने बिनहुंड्याने गरिबाच्या मुलीशी लग्न केले. सासूसासऱ्यांचे मनुष्यबळ आपल्याला मिळेल हीच काय ती या लग्नाच्या बाबतीत त्याची अपेक्षा होती. पण तीही दैवाने सफल होऊ दिली नाही. लग्न झाल्यावर लवकरच ती दोघं वारली.

यंदा बी.टी.ला परवानगी मिळाल्यानंतर त्याची बायको टायफॉईडने आजारी पडली. या जिवावरल्या दुखण्यातून नुक्तीच उठली होती ती! तिला व मुलांना कुठेतरी चांगल्या हवेच्या ठिकाणी ठेवायला जगन्नाथ तयार होता. पण असा दोन बिऱ्हाडांचा खर्च आपल्याला झेपणार नाही म्हणून त्याची बायको अगदी हट्ट धरून त्याच्याबरोबर आली होती.

* * *

जगन्नाथपंतांची ही हकिकत कळल्यानंतर वसंत आणि शरद हे त्या पतिपत्नींच्या संसाराकडे विलक्षण कुतूहलाने पाहू लागले. आजारी बायकोला रात्री दोन मुले सांभाळणे शक्य नाही म्हणून पंत आपल्या खोलीत राजाला घेऊन झोपत. बारा वाजेपर्यंत वाचीत बसत आणि रात्री अपरात्री राजा रडत उठला तरी त्याला थोपटून आणि गोड बोलून निजवीत हे लवकरच या दोघांच्या लक्षात आले. प्रकृती बरी नसतानासुद्धा संसाराचा खर्च वाढू नये म्हणून त्यांची बायको किती दक्षतेने वागते हे कळायलाही त्यांना काही विचार करावा लागला नाही. जगन्नाथपंतांच्या कपड्यांना स्वत: साबण घालून ते वाळल्यावर ती अशी इस्त्री करी की, त्यांचे कपडे अगदी हुबेहूब परटाकडून आलेल्या कपड्यांसारखे वाटत!

या नवराबायकोविषयी बोलताना शरद आणि वसंत यांच्या मनाचा गोंधळ होऊ लागला. वेषभूषा नि केशभूषा यांच्या नवीन नवीन पद्धतीचा बायकोला पत्ताही नव्हता. नवऱ्याने तिची श्रृंगारिक थट्टा केल्याचे दृश्यही अगदी दुर्लभ होते. बायकोला घेऊन सिनेमाला जाणे ही साधी गोष्ट या कुटुंबात दोन महिन्यांत घडली नव्हती. मग दिलरुबा वाजविणे, काव्य-गायन अगर वाङ्मय चर्चा, चांदण्यातली सहल इत्यादी गोष्टी दूरच राहिल्या! नाटकेकादंबऱ्या आणि कॉलेजातली मुले ज्याला प्रेम म्हणतात ते या नवराबायकोच्या आयुष्यात कुठेच दिसत नव्हते. पण त्यांचे एकमेकांवर अतिशय प्रेम आहे याविषयी शरद आणि वसंत यांना मुळीच शंका नव्हती.

असले हे प्रेम असते तरी कुठे हा प्रश्न मात्र त्यांना काही केल्या सुटेना.

* * *

एके दिवशी रात्री राजाच्या रडण्याने ते दोघे मित्र एकदमच जागे झाले. मोठमोठ्याने किंचाळत होता तो! 'विंचूबिंचू तर चावला नाही ना पोराला?' अशी शंका शरदने काढताच वसंताने दिवा लावला. घड्याळात दोन वाजून गेले होते.

दोघेही दार उघडून बाहेर आले.

पंतांच्या खोलीतच राजा रडत होता. आत पंत नि त्यांची बायको बोलत होती.

शरदने दार खडखडावून हाक मारली, "राजा-"

"काका, काका" आतून रड्या आवाज आला. लगेच पंतांनी दार उघडले. उघडलेल्या दारातून धावत येऊन राजाने शरदच्या पायाला विळखा घातला.

"काय झालं रे?" वसंताने विचारले.

"बाबांनी मारलं!"

दोघांनाही आश्चर्य वाटले! राजा फार लाडका होता पंतांचा!

पंत हसतमुखाने, पण सद्‌गदित स्वराने म्हणाले, "हिला संध्याकाळी ताप आलाय! एक वाजेपर्यंत सारखी तळमळत होती! नुक्ता कुठं डोळा लागला तिचा!

इतक्यात हा रडायला लागला. तिची झोपमोड होऊ नये म्हणून याला गप्प करायला लागलो. अगदी ऐकेना तेव्हा चापट लगावली. त्याबरोबर यानंच भोकाड पसरलं झालं! ही उठून आली. मिळून काय, दोन्ही घरचा पाहुणा उपाशी!''

पंतांच्या शेवटच्या वाक्याने सर्वांनाच हसू आले.

पण राजा मात्र हसला नाही. तो आईजवळ जाऊन तिच्या तोंडाकडे केविलवाण्या दृष्टीने पाहू लागला.

पंतांची बायको त्यांना म्हणाली, ''हा निजू दे आता माझ्याकडे- सारा दिवस काम करावं लागतं आपणाला! थोडीतरी स्वस्थ झोप मिळायला नको का माणसाला?''

पंत म्हणाले, ''आता नाही मला झोप यायची! अंथरुणावर लोळत पडण्यापेक्षा वाचत बसलेलंच बरं!''

राजाचा हात धरून पंत पंपाकडे गेले.

त्यांनी पंप हलवून तोंड धुवायला सुरुवात केली.

त्यांचे तोंड धुणे संपताच राजाने हट्ट धरला, ''मी पाणी काढणार!''

पंतांनी त्याला उचलून धरले, राजाने त्यांच्या मदतीने पंप हलवायला सुरुवात केली. खळखळ पाणी वाहू लागले.

शरद आणि वसंत यांना वाटले ते पाणी 'खोल' 'खोल' असे काहीतरी गात आहे.

त्यांनी पंतांच्या बायकोकडे पाहिले.

तिलाही तेच शब्द ऐकू आले असावेत. ती हळूच पुढे आली आणि राजाला घेऊन गेली.

मधली भिंत!

मनुष्याच्या मनात किती अतृप्त इच्छा सुप्त असतात! पोटाच्या पाठीमागे लागून चार वर्षांपूर्वी मी प्रयाग गाठले. पहिले चार-सहा महिने स्थिरस्थावर होण्यातच गेले. मग मात्र मनाला एक प्रकारची हुरहुर लागली. वाटे- मराठी जगापासून आपण कितीतरी दूर आलो आहो. आपली भाषा, आपल्या पद्धतीचा पोशाख, आपले खाणेपिणे यात एक प्रकारची अवीट गोडी असते हे मी प्रयागला जाऊन शिकलो. तिथला गंगायमुनांचा संगम प्रेक्षणीय आहे असे कोणी खुशाल म्हणोत! मला तर तो संगम पाहताना कऱ्हाडच्या प्रीतिसंगमाची राहून राहून आठवण होई. कित्येकदा मामांची, मामींची नि सिंधूची आठवण होऊन मन फार उदास होऊन जाई. मनात येई, गंगायमुनांच्या संगमाला लोक इतके पवित्र का मानतात कुणाला ठाऊक! डोळ्यात उभ्या राहणाऱ्या गंगायमुना काय मोठ्या सुखाच्या असतात?

माझ्या शेजारी राहणारी बारा-तेरा वर्षांची बालिका अरुणा ही माझी मोठ्ठी मैत्रीण झाली होती. तिला गणिताचा मनस्वी कंटाळा होता. घरी तिची उदाहरणे मीच सोडवून देत असल्यामुळे साऱ्या जगात माझ्यासारखा चांगला मनुष्य नाही असे तिचे मत होणे स्वाभाविकच होते.

घरी आईने कोणताही चांगला पदार्थ केला, की ती तो हटकून मला आणून देई. तिला वाईट वाटू नये म्हणून तो मी नाक न मुरडता अगर तोंड वेडेवाकडे न करता खात असे हे खरे; पण तो खात असताना माझ्या मनापुढून कोणकोणती चित्रे नाचत जातात ह्याची त्या भोळ्या बालिकेला कल्पनाही येत नसावी! तिने आणून दिलेला गुलाबजम्मु समोर असला, तरी मला कऱ्हाडच्या कोंदट स्वयंपाकघरातील खरपूस थालीपिठाची आठवण होई. समोर अरुणा उभी असताना सिंधू नि मी मामींचा डोळा चुकवून एकमेकांचे लोणी कसे घेत असू याचे चित्र माझ्या डोळ्यांपुढे उभे राही.

सिंधू अरुणेएवढी असताना मी पोरका होऊन मामांच्या घरी राहायला गेलो. त्यामुळे अरुणेला पाहिली की, हटकून सिंधूची मला आठवण येई. आम्ही दोघेही जवळजवळ एकाच वयाचे होतो; पण मी सिंधूपेक्षा एक वर्ष पुढे असल्यामुळे असो अथवा वर्गात माझा पहिला नंबर असल्यामुळे असो, तिला माझ्याविषयी मोठे प्रेम वाटे. मला सख्खी बहीण नव्हती आणि तिला सख्खा भाऊ नव्हता हेही कदाचित आमच्या या गट्टीचे कारण असू शकेल! कारण कुठलेही असले, तरी कऱ्हाडला सिंधूच्या सहवासात घालविलेली चार-पाच वर्षे मी कधीच विसरलो नाही. अलाहाबादला आल्यावर अरुणेची नि माझी ओळख झाली, तेव्हा तर सिंधूची मुग्ध मूर्तीच माझ्याभोवती वावरते आहे की काय असा मला भास होऊ लागला.

मी अलाहाबादला आलो त्याच वर्षी सिंधूचे लग्न झाले. तिच्या लग्नाला येण्याविषयी मामांचे मोठे आग्रहाचे पत्र आले. माझीही जाण्याची खूप इच्छा होती; पण या जगात गुलामाच्या इच्छेला विचारतो कोण? मला चार दिवसाचीसुद्धा रजा मिळाली नाही. सिंधूताईला भेट म्हणून मी काही पुस्तके पाठविली आणि पत्रात लिहिले-

'ताई,

तुझ्या नि माझ्यामध्ये एक उंच भिंत आली आहे. या भिंतीचे नाव नोकरी! ही भिंत ओलांडून तुझ्याकडे धावत यावं, तुझ्यावर मंगलाक्षता टाकाव्यात अशी फार फार इच्छा होती मला! पण आज ती काही सफल होणं शक्य दिसत नाही. या भिंतीला कुठलीच शिडी लागत नाही. तसाच चढायला लागलो, तर मधेच हात सुटून खाली पडेन आणि पाय मात्र मोडून घेईन! क्षमा कर मला. मात्र लग्नाच्या वेळी तुझी थट्टा करण्याचा माझा हक्क मी राखून ठेवीत आहे. तुझी माझी गाठ पडेल, तेव्हा तू म्हातारी झाली असलीस तरी थट्टा केल्यावाचून राहणार नाही मी!'

दोन महिन्यांनी तिचे छोटेच, पण मोठे गोड पत्र आले. तिने लिहिले होते,

'तू माझ्या लग्नाला आला नाहीस म्हणून मी मात्र तुझ्या लग्नाला आल्याशिवाय राहणार नाही हं! काही झालं तरी करवलीचा हक्क आहे माझा! तुझ्या भिंतीविंती मला नीटशा कळत नाहीत. पण गंमत म्हणून विचारते, भिंतीला एकही खिडकी नसते वाटतं? बाकी तू काही कमी वितंडवादी नाहीस म्हणा! तू म्हणशील, 'अहो आजीबाई, खिडकी असून काय उपयोग? त्या खिडकीला भरभक्कम लोखंडी गज आहेत ना?'

तू लग्नाला आला असतास तर किती किती बरं झालं असतं! त्यांची नी तुझी ओळख झाली असती. फार गोड आहे हं स्वभावानं स्वारी! वाचून कशी थट्टा करशील याची पूर्ण कल्पना आहे मला. पण थट्टेला भिऊन खरं लपवायचं असतं थोडंच!

काटे नसलेला गुलाब तू कधी बघितला आहेस का? नाही ना? तो पाहायला आमच्याच घरी- जाऊ दे बाई ते! माझ्या एकेका शब्दावर ग्रंथ रचित बसशील तू. मालवणला आमच्या घरी खूप माणसं आहेत. मामंजी, सासूबाई, दोन दीर, तीन नणंदा- या साऱ्यांची लाडकी आहे हं मी! स्वारीला मुंबईला नोकरी लागली आहे! कुठल्याशा शाळेत मास्तर आहेत. तू लग्नाला यायचं चुकवलंस, तरी आम्ही मुंबईला बिऱ्हाड केल्यावर भाऊबीज काही चुकवता यायची नाही हं तुला...'

गेल्या तीन वर्षांत सिंधूची कुठलीही भाऊबीज मी चुकवली नाही. अगदी आठवणीने तिला दहा रुपये मी पाठवीत असे. पण अशावेळी या यांत्रिक भाऊबिजेचे मला हसू आल्यावाचून राहत नसे. भाऊबिजेला भावाने भेटून ओवाळणी घातल्यामुळे होणारा आनंद पोस्टमनने आणून दिलेली मनिऑर्डर दोन सह्या करून घेताना होणे शक्य तरी आहे का? सुंदर तबकात नीरांजनाच्या हसऱ्या ज्योती हसत आहेत आणि बहिणीने आपल्याला मंगल कुंकुमतिलक लावला आहे, या मधुर दृश्याचा आनंद भावाला मनिऑर्डरीच्या टीचभर पावतीच्या रूपाने मिळू लागला तर- छे! माझ्या पत्रातल्या भिंतीची सिंधूने कितीही थट्टा केली, तरी ही मधली भिंत फार भयंकर आहे यात शंका नाही. भावनांचे वारे खेळते राहील, असा लहानसा झरोकासुद्धा तिला नाही.

अशावेळी माझ्या मनात एक विचित्र कल्पना चमकून जाई! आजचे आपले आयुष्य हा मोठा तुरुंग आहे. तुरुंगातल्या कैद्यांना कसली आली आहे भाऊबीज! तुरुंगात दोन माणसांच्या मध्ये एक भिंत असली तरी ती एकमेकांपासून कायमची दुरावल्यासारखी होतात. मग या सामाजिक तुरुंगात मी तर सिंधूपासून शेकडो मैल दूर आहे! कैद्याला कसली आली आहे भाऊबीज?

* * *

साडेतीन-चार वर्षांच्या सक्तमजुरीनंतर मला कष्टाने रजा मिळाली. पण ती दहा दिवसांची! खासगी नोकरीत मालकाचा शब्द म्हणजे प्रीव्हिकौन्सिलचा निकाल! दहा दिवस तर दहा दिवस! चोराच्या हातची लंगोटी सोडण्यात अर्थ नाही असा पोक्त विचार मी केला. मुंबईहून तुझ्यासाठी फक्कड पातळ आणतो असे सांगताच अरुणेच्या डोळ्यांतली आसवे कुठल्या कुठे दडली! तिचा निरोप घेऊन मुंबईला येईपर्यंत माझ्या मनात एकच विचार घोळत होता- जवळजवळ चार वर्षांनी आपण मुंबईला जातोय, खिशात चार पैसेही आहेत, आता चार दिवस जिवाची अगदी मुंबई करायची!

माधवाश्रमात पथारी टाकून मी यथेच्छ भटकायला सुरुवात केली. सकाळसंध्याकाळ आवडत्या इराण्याच्या दुकानातला चहा घ्यायचा, मधल्या वेळेला ठरलेल्या दुकानात

थालीपीठ चापायचे, लहर आली की आइस्क्रीमने अंतरात्मा शांत करायचा, चौपाटीवरल्या वाळूत लोळत चणे-मुरमुरे तोंडात टाकायचे, इत्यादी कार्यक्रम मी अगदी ठरवून टाकले होते. तीरावर तडफडणारा मासा पाण्यात येऊन पडावा तसे तीन-चार दिवसांत वाटू लागले मला!

दररोज दोन अगर तीन चित्रपट पाहायचे, हाही माझ्या कार्यक्रमापैकी एक महत्त्वाचा भाग होता. त्यातल्या त्यात मराठी चित्रपट मी मुद्दाम पाहत होतो. चौथ्या का पाचव्या दिवशी मी असाच एक चित्रपट पाहायला गेलो. जायला जरा उशीर झाल्यामुळे अंधारातच मी एक खुर्ची पटकावली. पलीकडेच दोन माणसे बसली होती. त्यांचे चित्रपटाकडे बेताचेच लक्ष असावे. चित्रपटात एका नखरेल नटीचे काम होते. ती जेव्हा जेव्हा पडद्यावर येई, तेव्हा ते दोघेही अगदी भुकेल्या डोळ्यांनी तिची प्रत्येक हालचाल पाहत व तिच्या रंगेल अभिनयाने खूश होऊन आपापसात कुजबुजत! विश्रांतीपर्यंतच्या वेळात त्यांनी आपल्या उत्तान आनंदाचे इतक्या वेळा प्रदर्शन केले, की अस्सल मवाल्यांच्या खुर्चीला खुर्ची लावून तर आपण बसलो नाही ना, असा विचार माझ्या मनात आल्यावाचून राहिला नाही. त्यामुळे विश्रांतीच्या वेळी दिवे लागताच मी माझ्या शेजारी बसलेल्या व्यक्तीकडे पाहिले- चांगले सद्गृहस्थ दिसत होते ते. माझ्या जवळचा मनुष्य तर अत्यंत सभ्य दिसत होता. छानछोकी अथवा रंगेलपणा यांची कुठलीही निशाणी त्यांच्या चेहऱ्यावर दिसत नव्हती.

माझ्या डोळ्यांनी आणि माझ्या कानांनी मला फसविले तर नाही ना, अशी शंका क्षणभर माझ्या मनात येऊन गेली; पण दुसऱ्याच क्षणी तिचे निरसन झाले.

माझ्या शेजारच्या सभ्य गृहस्थाचा दोस्त म्हणाला, "चौथ्यांदा चित्रपट पाहतानासुद्धा या नटीवर खूश आहो बुवा आपण!''

आपला मित्र बोलत नाही असे पाहून तो पुढे म्हणाला, "कसला रे विचार करतोयस? या नटीचा?''

माझ्या शेजारचा सभ्य गृहस्थ नुसता हसला. त्याचा दोस्त सिगारेटचा धूर सोडीत उद्गारला, "आयुष्यात आपली एकच इच्छा आहे बुवा, असल्या नटीच्या हाताचं चुंबन घ्यायला मिळावं!'' मला वाटले, माझ्या शेजारचा गृहस्थ आपल्या सोबत्याची चांगली कानउघडणी करील! पण त्याने तर हसून त्याच्या उद्गारांचे कौतुकच केले!

त्या दोघांचा विलक्षण तिटकारा वाटू लागला मला.

चित्रपट सुरू झाला. आपल्या आवडत्या नटीच्या सुंदर अंगविक्षेपांचे अवलोकन करण्यात ती दुक्कल पुन्हा गुंग झाली. माझे मन मात्र हळूहळू कथानकात रमू लागले. त्या कथेत एक भाऊ बहिणीसाठी फार मोठा स्वार्थत्याग करतो असे

दाखविले होते.

त्या भावाचा हृदयस्पर्शी त्याग पाहता पाहता मला सिंधूची आठवण झाली. मुंबईत चार दिवस चैनीत घालविण्यापेक्षा सिंधूला भेटून यावे या इच्छेने डोके वर काढले. ती मुंबईत असेल, कऱ्हाडला मामांकडे असेल की, मालवणला असेल? काहीच कळेना! आपल्या नवऱ्याचा मुंबईचा पत्ता तिने मला केव्हाच कळविला नव्हता. तेव्हा आधी कऱ्हाडला जावे असे मी ठरविले. कऱ्हाडला कळले की, सिंधू नेहमी मालवणलाच असते. अजून तिच्या नवऱ्याने मुंबईला बिऱ्हाड केले नव्हते.

लग्न होऊन तीन-चार वर्षे होत आली तरी सिंधूच्या नवऱ्याने मुंबईला बिऱ्हाड का करू नये? मी मनात म्हटले, 'बायकोला दूर ठेवून पोस्टाची, खानावळीची नि डॉक्टरची भर करण्यापेक्षा तेवढ्या खर्चात मुंबईला बिऱ्हाड करता येईल हे कसे सुचले नाही सिंधूच्या नवऱ्याला?'

सिंधूविषयी मी मामीकडे मुद्दाम चौकशी केली. नवऱ्याचे तिच्यावर फार प्रेम आहे, तिच्या सासरची सारी माणसेही स्वभावाने गरीब आहेत हे ऐकून तर मालवणला केव्हा जाईन असे झाले मला.

मालवणपर्यंतच्या प्रवासात सिंधूची थट्टा कशी करायची हे मी मनातल्या मनात ठरवीत होतो. पण तिच्या घरात पाऊल टाकून मी तिला पाहिले मात्र- मनातली सारी थट्टा कुठल्या कुठे नाहीशी झाली! तिच्या मुद्रेवर कसली तरी कारुण्याची छाया पसरली होती. तिची लग्नापूर्वीची हसरी मूर्ती नेहमी माझ्या डोळ्यांपुढे असल्यामुळेच हे अंतर चटकन माझ्या लक्षात आले असावे.

दुपारी सिंधू नि मी बोलत बसलो. बोलता बोलता मी म्हणालो, ''मी आलो म्हणून तुला आनंद व्हायला हवा होता!''

''नाही झाला म्हणून कुणी सांगितलं तुला?''

''तू.'' मी तिच्या मुद्रेकडे रोखून पाहत उद्गारलो.

''बराच आहेस की रे! आनंद झाला म्हणून काय गाणं म्हणायला लागू की नाचत सुटू? काही झालं तरी सासुरवाशीण आहे मी.''

''लाडकी सासुरवाशीण. होय ना?''

ती नुसती हसली; पण ते हसणे पारिजातकाच्या कोमेजलेल्या फुलासारखे वाटले मला. कुणाला ठाऊक! माझ्या मनाचाही तो खेळ असेल!

पतिराजांविषयीच्या गोष्टी काढून सिंधूची कळी उमलेल असे मला वाटले; पण चार-पाच प्रश्नांची उत्तरे मिळताच माझ्या लक्षात आले- सिंधूचे मन आता कळीसारखे राहिले नाही. तर त्याचे निर्माल्य झाले आहे.

माझ्या मनात नाही नाही त्या विचित्र कल्पना येऊन गेल्या. मामी म्हणाल्या होत्या, 'सिंधू फार सुखी आहे.' तिची सासू तर शुद्ध गायत्रीच होती. सासरा, दीर,

नणंदा सगळ्या माणसांना सिंधू हवीहवीशी वाटते हे मी तर डोळ्यांनी पाहत होतो. मग?

कोडे अधिकच बिकट होऊ लागले. मला तर उद्या परत जाणे भागच होते. मी सिंधूला मुद्दामच म्हटले, "सिंधू, पायात काटा मोडला तर तो काढून घेणं बरं! नाहीतर काट्याचा नायटा होतो!"

"पण काटा मोडला असला तर ना?"

"उगीच नाही कुणी लंगडत चालत!"

ती पुन्हा खिन्नपणाने हसली. मी एकदम बोलून गेलो, "माझ्या गळ्याची शपथ आहे तुला. काय झालंय ते खरं सांग मला!"

तिचे डोळे पाण्याने भरून आले. हुंदका दाबीत ती म्हणाली,

"शपथा विसरायला काही वेळ लागत नाही पुरुषांना"

ती स्फुंदून स्फुंदून रडू लागली. दुःखाचा कढ ओसरल्यावर एका हातरुमालात बांधलेले पत्रांचे पुडके ती घेऊन आली. ती पत्रे भराभर चाळून त्यातली चारपाचच पत्रे तिने माझ्यापुढे टाकली. तिला हसविण्याकरिता मी म्हटले,

"आपण नाही बुवा वाचणार ही पत्रं!"

"का?"

"दुसऱ्याची प्रेमपत्रं वाचणाराचा प्रेमभंग होतो म्हणे."

"प्रेमपत्रं नाहीतच ही! हे दगड आहेत!"

"दगड?"

* * *

माझ्या प्रश्नाला सिंधूने काहीच उत्तर दिले नाही.

तिने माझ्यापुढे टाकलेल्या पाच पत्रांतील पहिले उचलून मी ते वाचू लागलो.

'प्रिय उषा,

लग्नात तुझं नाव भागीरथी ठेवावं असं आईचं म्हणणं होतं. माझ्या आजीचं ते नाव होतं म्हणे. पण एरवी वडील माणसांचं मन मी कधीही मोडलं नसलं, तरी याबाबतीत मात्र मी माझाच हेका चालवला.

आणि मी ठेवलेलं नाव किती बरोबर आहे, याची कल्पना काल बोटीत पाऊल टाकल्यापासून मला येत आहे. आपण अंधारात चाचपडत आहोत असं एकसारखं मनाला वाटतंय. ज्याची उषा हरवली त्याची स्थिती अशीच होणार, नाही का?

तुला मुंबईला घेऊन यावं म्हणून मी किती धडपडलो. पगार कमी असला तरी आम्ही दोघं सुखानं राहू, मजुरांची कुटुंबं नाही का मुंबईत राहत, असं बाबांच्या तोंडासमोर विचारण्यापर्यंत माझी मजल गेली. पण...

दररोज रात्री साडेदहा वाजता एकमेकांना हाक मारून निजायचं असं आपण ठरवलं आहे. ध्यानात आहे ना? प्रेमाचा रेडिओ आहे. आपण कितीही दूर असलो तरी आपल्या हाका एकमेकांना ऐकू आल्यावाचून राहणार नाहीत. यात चुकायचं नाही हं! एकमेकांच्या गळ्याच्या शपथा घेतल्या आहेत आपण!

परवा रात्रीची तुझी आसवं अजून गालांवर ओघळताहेत असं वाटतं आणि ओठांना तर... अधिक लिहीत नाही. कदाचित तुझ्या एखाद्या धाकट्या वन्संच्या हाती हे पत्र लागेल आणि तुझी लाजता लाजता पुरेवाट होईल!

शिकवण्या मिळवण्याची खटपट मी करणार आहेच. फार फार तर चार-सहा महिने तुला मालवणला रहावं लागेल; पण लंघनानं कडकडीत भूक लागते ना? या विरहानं आपलं प्रेमही तसंच उत्कट होईल.

इतक्या दिवसांत एक गोष्ट तुला विचारायची विसरलोच होतो. उषा, तुझ्यासारखी गोड मुलगी मला मिळाली यावरून मी मोठा सुदैवी आहे हे सांगायला ज्योतिषाची जरुरी नाही. पण तू? मी पूर्वजन्मी असं कोणतं पुण्य केलं होतं म्हणून तुझ्यासारखी...

पुढं घालायला योग्य असा शब्दच भाषेत नाही. तेव्हा इथंच थांबतो.

तुझाच,
प्रभाकर’

असल्या पत्राला सिंधूने दगड म्हणावे? मला काही तर्कच करता येईना.

दुसरे पत्र वाचू लागलो. पहिल्या पत्रानंतर सहा महिन्यांनी लिहिलेले होते ते,

‘प्रिय उषा,

एक-दोन चांगल्या शिकवण्या मला मिळाल्या आहेत. पण शाळेतलं काम सांभाळून या शिकवण्या करता करता जीव कसा अगदी मेटाकुटीला येतो. कित्येकदा तुझी आठवण होऊन वाटतं- देवानं गरिबांना पंख का दिले नाहीत? उभ्या दिवसाचा शीण नाहीसा व्हावा म्हणून मी हल्ली वरचेवर चित्रपट पाहू लागलो आहे. तेवढेच दोन तास मजेत जातात. भोवतालच्या रूक्ष जगातून एका रम्य जगात प्रवेश केल्यासारखं वाटतं. या रूक्ष जगातल्या साऱ्या गोष्टी मी चित्रपट पाहताना विसरून जातो. याला अपवाद एकच आहे. तू! पडद्यावरच्या नटीकडे पाहता पाहता मला वाटतं, माझी उषा हिच्यापेक्षा कितीतरी मोहक आहे! चित्रपट काढणाऱ्या लोकांना कुरूप स्त्रियांचं प्रदर्शन करायची हौसच असते की काय, अशीही शंका येते मला एखादे वेळी!

खोलीतला माझा सोबती सिनेमाचा पक्का शौकी आहे. सडाफटिंग आहे बिचारा! आज दहा वर्षे एका कचेरीत खर्डे घासतोय! तो म्हणतोच की, सिनेमा नसता, तर हजारो कारकुनांनी आत्महत्या केल्या असत्या!

तू मुंबईला आल्यावर दर आठवड्याला आपण दोघं सिनेमाला जात जाऊ. इथं काही मालवणसारखं नाही! नवरा राजा नि बायको राणी!

तुझाच,
प्रभाकर'

मला वाटले- या फुलाला दगड म्हणणाऱ्या सिंधूला वेड तर लागले नाही? मनातल्या मनात सिंधूला हसत मी तिसरे पत्र उघडले. तारीख? प्रभाकर मुंबईला जाऊन पुरे वर्ष होऊन गेले होते!

'प्रिय उषा,

हल्ली माझी पत्रं वेळेवर येत नाहीत म्हणून तू तक्रार करतेस; पण तूच सांग, सकाळपासून संध्याकाळपर्यंत घाण्याला जुंपलेल्या मनुष्याला पत्र लिहायला वेळ मिळावा तरी कसा? इतका राबतोय तरी इथं बिऱ्हाड करायचा धीर होत नाही मला.

उषा, पैसे काही झाडाला लागत नाहीत. मी चैन फक्त एक करतो सिनेमाला तेवढा जातो. तुला पाहण्याची हौस फेडून घेण्याचा हा एक विचित्र प्रकारच आहे म्हणेनास! पडद्यावरली नटी माझी उषाच आहे अशी कल्पना कितीदा माझ्या मनात येते म्हणून सांगू!

माझं तुझ्यावरलं प्रेम कमी झाल्याचा संशय तुला का यावा हेच कळत नाही. वेडी रे वेडी! तरी बरं, अगदी समुद्रकाठी राहतेस! समुद्राला ओहोटी लागली म्हणून काही त्याचं पाणी कमी होत नाही. कळलं का उषाबाई?

तुझा,
प्रभाकर'

चौथे पत्र! मी तारीख पाहिली. सिंधूचे लग्न होऊन दोन वर्षे झाली असावीत.

'प्रिय उषा,

परवा सुट्टीत मी घरी आलो. चार दिवस आनंदानं जातील अशी मोठी आशा होती मला! पण एकसारखी तुझी भुणभुण सुरू होती- 'मुंबईला बिऱ्हाड करू या!'

बिऱ्हाड करायला नको का आहे मला? पण मालवणच्या बिऱ्हाडाचा सारा खर्च चालवून पुन्हा इथल्या बिऱ्हाडाचा सारा खर्च चालवणं मला शक्य आहे की नाही याचा तू क्षणभरसुद्धा विचार केला नाहीस.

माझे वडील मराठी शाळेतले मास्तर होते. त्यांनी हाडांची काडं केली, मीठभाकरी खाऊन दिवस काढले म्हणून मला बी.ए. होता आलं. आईबाप आणि भाऊबहिणी यांचे हाल करून मी संसारसुख भोगू इच्छित नाही.

तुला मुंबईला आणायचं म्हणजे तुझे हालच करायचे की नाही? माझ्या हातून ते कधीही होणार नाही. माझी मिळकत वाढू दे, मग आपण आपला टुमदार संसार

मोठ्या आनंदानं थाटू. लक्ष्मण रामाबरोबर वनवासाला गेला, तेव्हा त्याची बायको अयोध्येतच चौदा वर्षे राहिली होती! आणि तू दोनच वर्षांत इतकी कंटाळलीस?

गंमत म्हणून माझ्या खोलीत मी अनेक सिनेमा-नटींचे फोटो हल्ली लावले आहेत. मला त्यांच्याप्रमाणं तुला श्रृंगारता येईल तेव्हाच तुला इथं आणणं बरं! नाही का? नाहीतर ते सारे सुंदर फोटो हसून तुझी थट्टा करतील आणि म्हणतील, 'हीच का या खोलीची मालकीण? आमच्या सिनेमात दासींची कामं करायलासुद्धा हिच्यापेक्षा बऱ्या मुली असतात!'

मी दुसऱ्या एखाद्या शाळेत चांगल्या पगाराची नोकरी मिळतेय का पाहतो. ती मिळाली तर- राणीसाहेबांचा रुसवा काढायला मीच मालवणला येईन.

तुझा,
प्रभाकर'

पाचवे- शेवटचे पत्र! कंपित मनानेच मी ते वाचू लागलो. तीन-चार महिन्यांपूर्वीच आले होते ते पत्र!

'प्रिय उषा,

तुझं पत्र वाचलं. तुला बरं वाटावं म्हणून मी मुद्दाम मालवणला आलो; पण माझ्या येण्यानं तुला दुःखच झालं असं तुझ्या पत्रावरून दिसतं! तू लिहितेस, 'तुमचं माझ्यावर काही प्रेम राहिलं नाही आता!'

तू हा तर्क कशावरून केलास ते काही मला कळत नाही. पण खरं सांगू? परवा तुझ्याकडे पाहून मलाही काही फारसा आनंद झाला नाही. तीन-तीन वर्षांनी माणसं बदलतात म्हणे! मलाही ते खरं वाटू लागलं आहे. लग्नानंतरची ती उषा आणि परवा पाहिलेली आंबट तोंडाची उषा- या दोघी एकच आहेत हे काही केल्या पटेनाच मला! त्या उषेनं कुठल्याही सिनेमानटीला आपल्या सौंदर्यानं लाजवलं असतं. पण आजची उषा- तुला पाहून कुणालाही वाटेल, की ही बाई दोन-तीन वर्षे तरी आजारी असली पाहिजे!

मी खूप खटपट केली; पण अधिक पगाराची नोकरी मिळवणं सध्या अशक्य आहे. हीच टिकली म्हणजे मिळवलं!

तुझ्यासारख्या तीन-चार वर्षांत म्हाताऱ्या झालेल्या बायकोचा चेहरा दररोज संध्याकाळी पाहून माझा दिवसाचा शीण कसा नाहीसा होणार? त्यापेक्षा पडद्यावर दिसणाऱ्या सिनेमा नटी फार बऱ्या! त्या नाचतात, गातात, हसऱ्या नजरेनं पाहतात, शेपटे नाचवतात- तुझ्यासारख्या रडव्या नसतात त्या!

तू आपल्या पत्रात एक विचित्र वाक्य लिहिलं आहेस- 'तुमच्या नि माझ्यामध्ये कसली तरी उंचउंच भिंत कुणीतरी बांधली आहे असं मला वाटतं!'

मला या वाक्याचा अर्थच कळाला नाही! मला कसलं तरी व्यसन लागलं आहे अशी का तुझी समजूत झाली आहे? आईच्या पायाची शपथ घेऊन सांगतो, की मी अजून बीयरच्या थेंबाला किंवा कुठल्याही बाईच्या हाताला स्पर्शसुद्धा केला नाही!

प्रभाकर.'

मी सिंधूकडे पाहिले. तिचे डोळे पाण्यापेक्षाही कारुण्याने भारावले होते. ते कारुण्य मला म्हणत होते, 'सिंधूला सुखी कर, काही करून सिंधूला सुखी कर. सुखाची ओवाळणी तिला घाल!'

पण सिंधूच्या आणि सुखाच्या मध्ये केवढी गगनचुंबी भिंत उभी राहिली होती. या भिंतीचा एकेक दगड किती अजस्त्र होता!

पहिला दगड- मजुराप्रमाणे पदवीधरावरही मिळेल त्या पगारावर राबण्याचा आलेला प्रसंग!

दुसरा दगड- सात-आठ माणसांचे कुटुंब पोसण्याची प्रभाकरावर आलेली जबाबदारी!

तिसरा दगड- लग्नापासून सक्तीने नवऱ्यापासून दूर राहावे लागल्यामुळे सिंधूला आलेला दुर्मुखलेपणा!

चौथा दगड- वर्षानुवर्षे बायकोपासून दूर राहिल्यामूळे पडद्यावरल्या सुंदर स्त्रिया पाहण्यातच आनंद मानायला लागलेली प्रभाकराची विकृती वृत्ती.

प्रभाकराचा फोटो पाहण्याची इच्छा मी सिंधूपाशी व्यक्त केली. तिने आणलेला फोटो पाहताच-

त्या दिवशी चित्रपट पाहताना माझ्या शेजारी बसलेला गृहस्थ प्रभाकरच होता!

मला त्याची कीव आली!

त्याचे मन विकृत झाले होते खरे! पण ती विकृती सिंधू आणि तो यांच्यामध्ये आलेल्या राक्षसी भिंतीनेच निर्माण केली होती! नाही का?

माझे मन म्हणत होते, ही भिंत प्रभाकराने बांधली नाही, त्याच्या कुटुंबाने बांधली नाही, सिंधूने बांधली नाही!

ती भिंत एका राक्षसाने निर्माण केली आहे. माझ्यासारख्या परक्या माणसाने आपटून आपटून डोके रक्तबंबाळ केले, तरी या भिंतीचा एक तुकडासुद्धा ढळणार नाही.

एकदम मला आठवले- लग्नापूर्वी सिंधू शिवणकाम कसे छान करीत असे.

सिंधूचे सांत्वन करीत मी म्हटले, "सिंधूताई, याला एकच उपाय आहे!"

केवढ्या आशेने तिने माझ्याकडे पाहिले!

"हातात मिळेल ते हत्यार घ्यायचं आणि ही मधली भिंत पाडायला लागायचं!"

सिंधू हसली.

"आज ना उद्या धरणीकंप होऊन ही भिंत कोसळून पडणारच आहे. पण तोपर्यंत आपण स्वस्थ राहून चालायचं नाही!"

दुसरे दिवशी सिंधू माझ्याबरोबर मुंबईला जायला निघाली, तेव्हा तिच्या घरच्या मंडळींना जेवढे आश्चर्य वाटले, त्याच्यापेक्षाही अधिक आश्चर्य तिला आपल्या खोलीच्या दारात पाहून प्रभाकराला वाटले.

त्याच्या तोंडातून शब्द बाहेर पडण्याच्या आधीच सिंधूने त्याला प्रश्न केला,

"तुमच्या या सिनेमानटीचं शिवणकाम मला मिळेल ना?"

/

त्याचे अश्रू!

मृदुलेने चिमण्या शैलाच्या डोक्याला तेल घातले, तेलाचा हात आपल्या केसांना पुसला. गुलाबाच्या फुगीर कळीप्रमाणे दिसणाऱ्या शैलाच्या इवल्याशा तोंडाचा लाडीकपणाने पापा घेतला आणि मोत्यांची माळ अगदी नाजूक हाताने मखमली पेटीत ठेवावी, त्याप्रमाणे तिने तिला पाळण्यात ठेवले.

शैला क्षणभर उताणी राहिली. लगेच उजव्या हाताचा अंगठा तोंडात घालून ती कुशीवर वळली. 'मोठी लबाड होणार आहे ही पोरटी!' स्वत:शीच हसत मृदुला उद्गारली.

पाळण्याच्या मच्छरदाणीची बटणे लावता लावता तिने शैलाकडे पुन्हा पाहिले. पांढुरक्या ढगांमधून अंधूक चमकणाऱ्या चंद्रकोरीची मृदुलेला आठवण झाली.

तिचे लक्ष उघड्या खिडकीकडे गेले. तिथे मंद प्रकाश दिसत होता. चांदणे?
मृदुला लगबगीने खिडकीकडे गेली.

* * *

खरेच, कितीतरी दिवसांनी आकाशात चंद्र उगवला होता.

तिचे तिलाच हसू आले. चंद्र आकाशात दररोज उगवत असलाच पाहिजे. पावसाळ्यातल्या काळ्याकुट्ट ढगांमुळे तो आपल्याला दिसत नव्हता, एवढेच!

तिच्या मनात आले- आयुष्यातल्या आनंद हासुद्धा चंद्रासारखाच आहे. स्वत:च्या प्रकृतीच्या दृष्टीनं गेले पाच-सहा दिवस आपण किती काळजीत काढले. दररोज सकाळी ९९ नाही तर १०० ताप आपला ठरलेला. शैलाला तर नुक्ता चौथा महिना लागलाय. आपला ताप असाच राहिला, तर पोरीला दूध मिळणार नाही- कदाचित दुखणं बाळंतरोगावर जाईल- आपली दोन्ही मुलं अगदी लहान आहेत- आपलं बरंवाईट झालं तर त्यांना कोण सांभाळणार?

छे! किती किती भयंकर कल्पना एकसारख्या आपल्या मनात थैमान घालीत

होत्या! रात्री ताप उतरला तरी मनात येई- उद्या ताप येणारच! बाहेर आभाळ आणि आत आपले मन काळेकुट्ट होऊन जाई. बाहेर पावसाच्या सरी येत. आत आपल्या डोळ्यांतून अश्रू गळू लागत आणि बेडकांचे ते डरांव डरांव ओरडणे ऐकले की-

हा पाऊस कधी बंद होतो असे आपल्याला झाले होते. शेवटी आज पहाटे पाऊस थांबला. सकाळी ऊन हसले. आपल्यालाही हसू आले. आनंदांनी आपले टेंपरेचर पाहिले. दररोज या वेळी ते ९९ असे. आज मात्र ते ९७॥ च होते.

बाहेरचे ऊन आनंदांच्या मुद्रेवरही नाचू लागले. 'हू, हू, हू' करीत खेळणाऱ्या शैलाच्या मुठीत आपले एक बोट अडकवून ते हसत म्हणाले, "आज कामाला जातो मी! असलं मॉडेल पुन्हा मिळणार नाही."

शैलाने त्यांचे बोट आपल्या मुठीत कसे घट्ट आवळून धरले होते. आपण ते दाखवून म्हटले, "लाडकी लेक सोडत असली तर जावं!"

"आईनं आपलं वकीलपत्र लेकीला दिलेलं दिसतंय!"

किती गमतीदार बोलतात ते! हसत हसत आपण शैलाला उचलले नि तिचे मटामट मुके घेत म्हटले, "काय पण वकील आहे! हू हू तेवढं करता येतंय!"

पण शैलाचे कौतुक करायच्या ऐवजी आनंद म्हणाले, "दुपारी जेवायलासुद्धा येणार नाही मी! स्टुडिओतच काहीतरी खाईन! आता एकच दिवस ती बाई इथं आहे!"

"फार सुंदर आहे वाटतं ही बाई?" आपण थट्टेने म्हणालो. गेले सहा दिवस आपल्याला ताप येत होता. आज अजून आला नसला, तरी उशिरा येईल. त्याचा काय नेम आहे? नि ताप नाही आला तरी आनंद स्टुडिओत गेल्यावर शशिकांत काय आपल्याला स्वस्थ पडू देणार होता? त्याच्यासारखा हट्टी नि अवखळ मुलगा मुलखात सापडणार नाही.

म्हणून आजसुद्धा जाऊ नका असा आपण हट्ट धरला. आनंद रागावलेले दिसले. ते पाहून आपल्या डोळ्यांत पाणी उभे राहिले. लगेच ते पुसून ते म्हणाले, "वेडी कुठली! अगदी शैलाएवढी कुक्कुबाळ आहेस नाही, रडायला?"

आपल्यासाठी ते सबंध दिवस घरी राहिले.

फार दिवसांनी पिठासारखे चांदणे पडले होते. जिभेवर द्राक्षाची गोडी रेंगाळावी त्याप्रमाणे सकाळच्या या प्रसंगाची माधुरी मृदुलेच्या मनात तरंगत होती. तिला वाटले- चांदणं पिठासारखं पडलंय असं उगीच म्हणतात. पिठासारखं जर ते हातात धरता आलं असतं, तर आपण ते मुठी भरभरून उचललं असतं आणि मनात भरून ठेवलं असतं.

पण लगेच तिच्या मनात आले- आपल्याला हे उसनं चांदणं हवंय कशाला? आपल्या संसारात चांदणंचं फुललंय की! मुंबईच्या प्रदर्शनात सुवर्णपदक मिळालेला

चित्रकार नवरा, अगदी चित्रासारखी असणारी दोन मुलं, स्वयंपाकी, गडी- काय कमी आहे आपल्याला? आपली प्रकृती मधूनमधून बरी राहत नाही! तेवढं सोडलं तर...

दूध काढता काढता कासंडी भरावी नि तिच्या तोंडाशी फेस दाटावा, तशी तिच्या मनाची स्थिती झाली.

ती झटकन पाळण्याकडे आली, आरशासमोर उभी राहून तिने आपल्या केसांवरून कंगवा फिरविला, संध्याकाळी तोडून ठेवलेले गुलाबाचे फूल केसात खोवले आणि पाळण्यात शैला हलल्यामुळेच की काय 'एकच पायाचा । बाळाचा । नाच गोड वाळ्याचा ।' या ओळी गुणगुणत ती खोलीबाहेर पडली.

क्षणभर ती मधेच थबकली.

तिच्या मनाशी आले- आनंदांना झोप लागली असली तर- तर?

शशी व्हायच्या आधी मृदुला झोपली असली तरी ते तिच्या ओठावर हळूच ओठ ठेवून तिला जागे करीत नव्हते का? आपणही...

जवळजवळ नाचतच मृदुला आनंदांच्या शयनगृहात गेली.

तिने मच्छरदाणी वर करून पाहिले. एकटा शशिकांत पाय पोटाजवळ घेऊन निजला होता. तो लोळत पलंगावरून खाली येईल म्हणून बाजूला तिने चार उशा लावलेल्या होत्या.

मृदुलेला शंका आली- आनंद कुठं बाहेर तर गेले नाहीत ना? त्यांना चांदणं फार आवडतं. कदाचित फिरायला गेले असतील ते! तिने पुढच्या दाराकडे येऊन पाहिले. दाराला आतून कडी होती.

मग?

स्वारी आपल्या अभ्यासाच्या खोलीत काहीतरी वाचीत बसली असावी! डोळे बिघडू नयेत म्हणून रात्री वाचणार नाही असे आपल्यापाशी कबूल करूनही...

आनंदाने मागचे दार नुसते ओढून घेतले होते; ते उघडता उघडता मृदुलेने मनात ठरविले- खोलीत हळूच जायचं नि म्हणायचं 'एका माणसाची चोरी पकडली की नाही?'

मग आनंद हसून म्हणतील, 'चोराला शिक्षा करा की!'

'तीच करायला आले आहे!' आपण उत्तर देऊ!

आणि मग-

मग ते म्हणतील- 'मृदु, असली शिक्षा मिळायला लागली, तर प्रत्येक माणूस उठल्यासुटल्या चोर होईल!'

मृदुलेचे हे गोड स्वप्न मनातल्या मनातच राहिले. आनंदाच्या खोलीच्या दारात तिने पाऊल टाकले मात्र- ती स्तंभित झाली. तिच्या तोंडातून शब्दच उमटेना.

काहीतरी लिहिता लिहिता आनंद थांबला होता. त्यांच्या डोळ्यांत अश्रू उभे राहिले असावेत. मृदुला दारात आली तेव्हा त्यांच्या डोळ्यांतून दोन अश्रुबिंदू खाली पडले. विजेच्या प्रकाशात ते इतके विलक्षण चमकले, की तुटून पडणारे दोन तारेच आपल्याला दिसले असा मृदुलेला क्षणभर भास झाला.

* * *

मृदुलेची चाहूल लागताच आनंदाने दाराकडे पाहिले. तो टेबलावरले कागद गोळा करू लागला. आनंदाच्या अश्रूंचे कारण त्या कागदात असले पाहिजे हे मृदुलेने सहज ओळखले. अगदी राहवेनासे झाले म्हणजे मनातल्या गोष्टी कागदावर लिहायच्या आणि एक-दोन दिवसांनी ते कागद फाडून टाकायचे ही आनंदाची सवय तिला ठाऊक होती.

पुढे होऊन तिने आनंदाच्या हातातले कागद काढून घेतले. त्याने क्षणभर ते हातात घट्ट धरले होते. पण लगेच ते तिच्या हातात देऊन तो म्हणाला, ''आज चांदणं किती छान पडलंय नाही?''

चांदणे नि अश्रू?

आनंदाच्या मनात एकाच वेळी या दोन्हींना स्थान आहे?

हा प्रश्न सोडवीत हातातले कागद वाचण्याकरिता मृदुला टेबलाजवळ आली. तिचे लक्ष समोरच्या दोन चित्रांकडे गेले. एकाच दिवशी ती आनंदाने काढली होती. केशभूषा करीत बसलेली मृदुला आणि भांड्यांना कल्हई काढणारा कल्हईवाला!

त्या कल्हईवाल्याकडे मृदुलेला पाहवेना. त्याच्या फाटक्या अंगातला तो फाटका कोट, ते खोल गेलेले गाल, ती वाढलेली दाढी... छे! तिला आठवण झाली- आज तिसऱ्या प्रहरी या कल्हईवाल्याची बायको आली होती. तो आजारी आहे म्हणून ती सांगत होती...

पहिल्या कागदावरले पहिलेच वाक्य किती विचित्र होते- 'प्रेम ही कर्तृत्वाच्या पायातली बेडी व्हावी?'

* * *

मृदुला वाचीत होती-

'माझ्या कलेच्या दृष्टीनं नि समाजाच्या दृष्टीनं हे चित्र अप्रतिम झालं असतं. पण...'

मृदुलेचं मन मोडणं माझ्या जिवावर आलं. लग्न झाल्या दिवसापासून मी तिला फुलासारखं वागवलं आहे. हे फूल कोमेजू नये म्हणून...

दुपारी स्टुडिओतला नोकर मॉडेल पैसे घेऊन गेले म्हणून सांगायला आला.

त्यावेळी असं वाईट वाटलं मला! क्षणभर गुदमरल्यासारखं झालं. मृदुलेवरलं आणि मुलांवरलं माझं प्रेम- या जगात प्रेमसुद्धा अमर्याद असू नये हेच खरे!

जेवल्यावर वाचायला एक पुस्तक हातात घेतलं. पण अक्षरसुद्धा वाचवेना. एकच प्रश्न डोळ्यांपुढे पुन:पुन्हा उभा राहत होता- मी प्रेम हे मानवी जीवनात अमृत मानलं. मनुष्याचं कर्तृत्व अमर व्हायचं असेल तर त्याला प्रेमाचं प्रोत्साहन पाहिजे अशी माझी श्रद्धा होती. पण प्रेम हे अमृत नाही. मे मद्य आहे. हा अनुभव...

मद्याची बाटली फेकून देण्याचा धीर मनुष्याला कधी होईल का? मलाही मृदुलेचं मन दुखवण्याची कल्पना सहन होत नाही. तिचे आजार, तिच्या लहरी, तिच्या संसाराच्या नि जीवनाच्या संकुचित कल्पना या साऱ्यांनी माझ्या कलेचा विकास किती संकुचित केला आहे! पण साध्याभोळ्या मृदुलेला याची कल्पनाही नाही. मी तिला आणून द्यायची म्हणजे- बिचारी अज्ञानात सुखी आहे असं म्हणून मी गप्प बसतो.

एक मॉडेल गेलं म्हणून काही कलावंतांनी रडायला नको हे मला कळतं. पण मघाशी अंथरुणावर पडल्यावर तिसऱ्या प्रहरी पाहिलेलं ते दृश्य सारखं समोर नाचू लागलं- पिंजऱ्यात पाखरानं तडफडावं तसं मन निष्फळ फडफड करू लागलं-

मृदुला आणि ती कल्हईवाल्याची बायको-

शशिकांताला तिच्या कल्हई काढण्याची गंमत वाटत होती. तो एकाग्र दृष्टीनं सारं पाहत होता. मधेच 'टाट तांदीचं झालं' म्हणून तो ओरडला. भाता दाबण्याकरता तर त्याचे हात एकसारखे फुरफुरत होते.

त्याच्याबरोबर मीही त्या कल्हईवालीकडे पाहू लागलो. तिच्या लुगड्याला सतरा ठिकाणी ठिगळं होती. तिचा चेहराही फिकट दिसत होता. दोन-तीन महिन्यांपूर्वी मी तिच्या नवऱ्याचं चित्र काढलं, तेव्हा ही त्याच्याबरोबर कुठं दिसली नव्हती. 'बायको कुठं आहे?' म्हणून मी त्याला विचारलं, तेव्हा तो प्रथम नुसता हसत होता आणि मग हळूच म्हणाला होता, 'बाळंत आहे ती, साहेब!'

कल्हईवाली बाळंतीण होऊन पुन्हा कामालासुद्धा लागली आणि मृदुला...

अवखळ शशिकांत पडेल, धडपडेल म्हणून मला महत्त्वाची कामं बाजूला ठेवायला लावून घरी राहवून घेते आणि ही कल्हईवाली- शशिकांताएवढाच असलेला तिचा मुलगा भाता दाबून तिला मदत करीत होता.

ती कल्हईवाली भांड्यांनाच नव्हे, तर माझ्या जीवनविषयक कल्पनांनाच उजाळा देत आहे असं मला वाटलं. त्या नवरा-बायकोत काय कमी प्रेम होतं? आमच्या संसारातल्या अडचणी काय त्यांच्यापेक्षा अधिक होत्या?

कल्हईवालीला मी विचारलं, "नवरा कुठं गेलाय गं आज?"

"घरीच हायत!"

"का?"

"वाइच बरं नाही त्यांना! त्येच येत व्हते कामाला! पन मी म्हणालो- तुम्ही विसावा घ्या आज. मी जातो कामाला!"

"तुझं धाकटं मूल कुठं आहे?" मी कुतूहलानं प्रश्न केला.

"घरी हाय ना!" उत्तर देताना तिनं हसत माझ्याकडे पाहिलं. तिची दृष्टी म्हणत होती- आज घरधनी आईचं काम करताहेत!

पुढं थोड्या वेळानं मृदुलेकडून पैसे घेऊन कल्हईवाली गेली हे मी पाहिलं. पण काही केल्या माझ्या नजरेसमोरून ती हलेना आणि जेवण झाल्यावर मी अंथरुणावर जाऊन पडलो तेव्हा तर...

संसार यशस्वी व्हायला सौंदर्यापेक्षा सामर्थ्याचीच आवश्यकता अधिक आहे. मृदुला फुलासारखी आहे. पण फूल कितीही सुवासिक असलं तरी फळाची सर त्याला कशी येणार?

मृदुला शेवटचा कागद हातात घेऊन आनंदांजवळ गेली. ती हसून म्हणाली, "या कागदाची पूजा करणार आहे मी!"

"कशानं?"

मृदुलेने तो कागद टेबलावर ठेवला आणि मघाशी डोक्यात खोवलेले गुलाबाचे फूल काढून त्याची एकएक पाकळी ती कागदावर वाहू लागली.

'मृदुला फुलासारखी आहे. पण फूल कितीही सुवासिक असलं तरी त्याला फळाची सर कशी येणार?' स्वत: लिहिलेले हे शब्द आनंदांच्या कानात घुमू लागले. त्याचे मन कंपित झाले. त्याच्या डोळ्यांत एकदम पाणी उभे राहिले.

हातातल्या पाकळ्या संपताच मृदुलेने आनंदाकडे पाहिले, ती आश्चर्याने उद्गारली "हे काय?"

"अश्रू! मघाचे दु:खाचे होते; हे आनंदाचे आहेत!"

निसर्ग

वर्तमानपत्रे विकणारी पोरे अहमहमिकेने ओरडत होती-

नवऱ्याचा खून!
पदवीधर बाईने केलेला नवऱ्याचा खून!

ही बातमी मोठमोठ्याने ओरडून सांगताना प्रत्येक पोराच्या चेहऱ्यावर आनंदाची छटा चमकून जाई. रस्त्याने जाणारा येणारा प्रत्येक मनुष्य ती बातमी ऐकून थांबे. थांबल्याबरोबर त्याचा हात खिशात जाई आणि घाईघाईने दोन पैसे काढून तो मनुष्य जवळजवळ पोराच्या हातातून अंक हिसकावून घेई.

अशावेळी त्या पोरांना वाटे- दररोज अशी बातमी ओरडायला मिळाली तर आपली अगदी चंगळ होईल. मुसोलिनी, हिटलर, महात्मा गांधी, अमेरिकेतला धरणीकंप, स्पेनमधली लढाई, रक्ताचा पाऊस इतके सारे एका अंकात असले, तरी तो अंकसुद्धा असा तडाक्याने खपत नाही. कितीही ओरडले, तरी रस्त्याने जाणारा एखाददुसरा मनुष्य आपल्याकडे पाहिले न पाहिले असे करतो आणि पुढे निघून जातो. पण आज?

आज वर्तमानपत्रे विकणारा प्रत्येक पोरगा बडा मनुष्य झाला होता. त्याचा स्वर कानी पडताच लोक पटापट थांबत होते, त्याच्याकडे क्षणभर आश्चर्याने पाहत होते आणि भराभर अंक विकत घेत होते.

मनुष्यमात्राला पराक्रमाची हौस असते. ती तृप्त होण्याचे प्रसंग सुखासुखी येतात असे नाही. वर्तमानपत्रे विकणारी पोरे आज मोठ्या आनंदात होती याचे कारण त्यांना आज चार पैसे जास्ती मिळणार होते एवढेच नव्हते! तर आजची सबंध सकाळ त्यांनी सारी मुंबई गाजविली होती.

दुकानांत, कचेऱ्यांत, शाळांत या एकाच बातमीची लोक दिवसभर चर्चा करीत होते. म्हाताऱ्या माणसांचे म्हणणे- हा वाढत्या स्त्रीशिक्षणाचा परिणाम!

तरुण मनात म्हणत होते- एवढ्यासाठीच घटस्फोट हवा! नवराबायकोचे पटेनासे झाल्यावर त्यांना एका घरात डांबून ठेवणे म्हणजे दोन वेड्या माणसांना साखळदंडाने एकत्र बांधून ठेवण्यासारखेच नाही का? त्या दोन माणसांपैकी वेडाच्या लहरीत कोण कुणाचा गळा दाबील, याचा काय नेम आहे!

संध्याकाळच्या वर्तमानपत्रात या प्रकरणाची सविस्तर माहिती प्रसिद्ध झाली. सकाळपेक्षाही संध्याकाळी वर्तमानपत्रांचे अंक अधिक खपले.

एका जिल्ह्याच्या गावी हा प्रकार घडला होता. बायकोचे नाव होते कमल देशपांडे. मास्तरीण होती ती! तिचा नवरा विश्वनाथ देशपांडे गेली दोन वर्षे आजारीच होता. तो घरातून बाहेरसुद्धा पडत नसे. बाईला मूलबाळ काही नव्हते; पण मुलांसाठी म्हणून तिने थोडीथोडी अफू विकत घेतली. सुशिक्षित बाई मुलांना बाळगोळी देते याच गोष्टीवर आधी कुणाचा भरवसा बसणे शक्य नाही. त्यात मूल नसताना ते आहे असे सांगून अफू विकत घेण्याचे या बाईला काय कारण होते?

बातमीदाराने लिहिले होते- 'कारण एकच होते. आपल्या वाटेतला नवऱ्याचा काटा तिला दूर करायचा होता. नवऱ्याला अफू देऊन पुन्हा त्याच्यासाठी रडण्याचा केवढा कांगावा या बाईने केला! त्याला इस्पितळात नेल्यावर एखाद्या अडाणी बाईप्रमाणे डॉक्टरांचे पाय धरून ती म्हणाली, "त्यांना वाचवा हो!" हे नाटक तिने इतके बेमालूम केले की, बोलून सोय नाही! पण नवरा घराबाहेर पडत नसल्यामुळे त्याच्या पोटात गेलेली अफू घरात कशी आली हा प्रश्न होताच! त्याचे उत्तर तिला काही केल्या देता येईना.

त्या अफूने बाईचे नाटक किती खोटे होते हे सिद्ध केले.'

* * *

खुनाच्या या विस्तृत माहितीने सकाळच्या आगीत तेलच पडले. प्रत्येक सामान्य वाचक मनामध्ये भडकून म्हणत होता, "चौकशीसुद्धा न करता या बाईला फाशी देऊन टाकावं!"

पण असामान्य माणसात मात्र सूक्ष्म मतभेद झाले होते. शिक्षिका आणि सुप्रसिद्ध लेखिका कुमारी उषा घाटे यांच्या बैठकीत तर हे मतभेद अगदी उतू जात होते.

उषाबाईंच्या बैठकीत एक बत्तीस वर्षांचा अविवाहित तरुण, एक छत्तीस वर्षांचा कुरूप बायकोचा नवरा व एक चाळीस वर्षांचा विधुर अशी तीन मंडळी बसली होती. प्रत्येकजण तावातावाने या बातमीविषयीच बोलत होता. अविवाहित वीर लग्नसंस्था का नको याचे हे उत्तम उदाहरण आहे असे घसा खरवडून म्हणाले. विवाहित गृहस्थांनी 'खून हा काही झाले तरी खूनच!' हे निरनिराळ्या रीतीने

सांगितले. आपण उषाबाईंच्या बैठकीत फार वेळ बसतो हे आपल्या बायकोला आवडत नाही हे त्यांना पक्के ठाऊक होते. त्यांना वाटले असावे- सुशिक्षित बाईसुद्धा बेफाम होऊन असली भयंकर गोष्ट करते, मग आपली अडाणी बायको केव्हा काय करील कुणाला ठाऊक! भाजी चिरायला बसायच्या वेळी विळी घेऊन ती आपल्या अंगावर धावून आली तर...

विधुर गृहस्थांना या शुष्क वादविवादाचा कंटाळा आला होता. ते मनात म्हणत होते- देवीच्या मंदिरात आल्यावर तिचे ध्यान करायचे, तिची पूजा करून तिला प्रसन्न करून घ्यायचे, की बाजारात तुरीचा भाव काय आहे याची चर्चा करीत बसायचे?

बिचारा प्रौढ भाविक भक्त!

उषाबाईही या चर्चेतच सामील झाल्या होत्या. दररोजचा हास्यविनोद, चहापाणी, सिनेमाला जाण्याचे बेत, सारे सारे विसरून गेल्या होत्या त्या!

वर्तमानपत्रातल्या मजकुरावरून नजर फिरवीत आणि आपल्या भक्तगणाला चकित करीत त्या एकदम उद्‌गारल्या-

"अगं बाई!"

तिघेही प्रेमवीर गडबडले.

उषाबाईंना डास चावला की, केसातला आकडा बोचला, की काय झाले ते कुणालाच कळेना! उषाबाईंनी तोंड उघडले नसते तर ब्रह्मचारी डॉक्टर आणायला धावला असता, विवाहित गृहस्थ होमिओपॅथी इलाज करणे बरे असे सांगत राहिले असते आणि विधुरांनी कांदा चेचून बाईंच्या नाकाला लावावा, अशी सूचना केली असती.

पण आपल्या भक्तांना उगीच त्रास व्हावा अशी देवतेची इच्छा नव्हती.

ती हसत हसत म्हणाली-

"ही कमल माझ्याच वर्गात होती की!"

"कुठली कमल?" ब्रह्मचारीबुवांनी प्रश्न केला.

"या बातमीतली!"

तिघांचेही चेहरे फोटो घेण्यासारखे झाले. बाकी एखादा फोटोग्राफर तेथे असता तरी त्यांनी आपला फोटो मात्र काढू दिला नसता! ज्या फोटोत उषादेवी नाहीत...

उषादेवी हसत बोलत होत्या, "कॉलेजात असताना सभ्यपणाचा केवढा आव आणीत होती ही कमल! कुणी मुलानं काही वस्तू दिली, तर ती कधी घ्यायची नाही, फिरायला अगदी एकट्यानंच जायची, सिनेमालासुद्धा कुणा मुलाबरोबर गेली नाही कधी! कादंबरी दिसली की, नाक मुरडून शास्त्रीय पुस्तक वाचत बसे ती!"

"अफू देऊन नवऱ्याला मारता येतं एवढंच शास्त्रीय ज्ञान तिला मिळालेलं

दिसतं!'' विवाहित गृहस्थ उद्‌गारले.

उषाबाईंनी नुसते स्मित केले.

ब्रह्मचाऱ्यांनी प्रश्न केला, ''असली बाई लग्नाच्या फंदात पडली तरी कशाला?''

''नि लग्न तरी कुणाशी केलंय? कवीशी!''

''कवीशी?'' तिघांच्याही तोंडून एकदम उद्‌गार बाहेर आला.

''हो! विश्वनाथ या नावानं कविता येतात ना मासिकात, त्या तिच्याच नवऱ्याच्या. त्याची नि माझी एका मासिकाच्या कचेरीत गाठ पडली होती एकदा. अगदी हडकुळा, अबोल असा मनुष्य होता तो!''

''तरीच!'' ब्रह्मचारी उद्गारले.

''तरीच काय?''

''आत्ता सापडलं या खुनाचं कारण. उषाबाई, यात काहीतरी प्रेमाची भानगड आहे. कोर्टात खूप रंगेल ही केस!''

उषाबाईंनी नुसते स्मित केले.

विधुर गृहस्थ इतका वेळ एकसारखे डोके खाजवीत होते. ते एकदम अंगात संचार झाल्याप्रमाणे म्हणाले, ''हां! आठवलं!''

''तुमचीही त्या नवऱ्याशी गाठबीठ पडली होती काय?'' संसारी गृहस्थांनी विचारले.

''छट्! दुसरीच गोष्ट आठवत होतो मी!''

''त्या कमलची ओळख-बिळख आहे वाटतं?'' ब्रह्मचाऱ्यांनी प्रश्न केला.

''तुम्हाला दुसरं काय सुचायचंय? अहो, त्या नवऱ्याची कविता नुक्ती कुठंतरी वाचली असं वाटत होतं. कुठं ते काही नक्की स्मरेना! शेवटी एकदम ध्यानात आलं...''

''कुठं आलीय त्याची कविता?''

विधुरांनी हातात नळी करून धरलेल्या एका मासिकाच्या अंकाचे चौकोनात रूपांतर केले. त्या अंकाच्या पहिल्याच पानावर 'विश्वनाथ' असे खाली नाव असलेली एक कविता होती.

उषाबाईंनी कवितेच्या नावाकडे नजर वळविली. लगेच त्या कवितेत रंगून गेल्या.

ब्रह्मचारीबुवांनी मधेच प्रश्न केला, ''प्रेमगीत आहे वाटतं?''

कपाळाला आठी घालून उषाबाईंनी उत्तर दिले, ''कवितेचं नाव 'निसर्ग' आहे!''

ब्रह्मचारी खो खो करून हसू लागला. संसारी गृहस्थांनीही त्याला साथ दिली.

ब्रह्मचारी उद्‌गारले, ''फुलाबिलांचं वर्णन असेल झालं कवितेत! या मूर्ख

कवींना काहीच कळत नाही! फुलं वाहायला देवता नसली म्हणजे हातातल्या फुलांचे कसे निखाऱ्यासारखे चटके बसतात! हे कवी लोक आकाशातल्या तारकेच्या मागं धावत असतात. पृथ्वीवरल्या एखाद्या तारकेचा पाठलाग करा नी मग पोलिसांचा पाहुणचार कसा मिळतो तो पाहा म्हणावं!''

स्वारी अगदी रंगात आली होती. पण उषाबाईंनी कविता वाचायला सुरुवात केल्यामुळे त्यांना आपल्या जिभेला लगाम घालावा लागला.

कवी म्हणत होता-

'नाही, मी मरणार नाही.

इतका वेळ अंधारात तारका चमकत होत्या- जणू काही मृत्यूच्या दारात नाचणाऱ्या जीवनाच्या ज्योतीच!

पण आता?

आता पूर्वेकडे रक्तरंग दिसू लागला आहे.

प्रियकराच्या पहिल्या चुंबनाने मुग्धेच्या मुखावर असेच लज्जेचे तरंग दिसत असतात.

पाखरांची गोड किलबिल ऐकू येत आहे.

जणू काही रमण-रमणींची एकांतातील मोहक कुजबुजच!

प्रात:कालच्या वायुलहरी आपल्या मृदू स्पर्शाने अंग पुलकित करीत आहेत.

एकमेकांच्या बाहुपाशात वल्लभ आणि वल्लभा याच आनंदाचा अनुभव घेत असतात! नाही का?

बागेत कळ्या फुलू लागल्या आहेत.

माझे मनही त्यांच्याबरोबर फुलत आहे.

नाही, मी मरणार नाही.'

कविता संपताच सर्व स्तब्ध झाले. त्यांच्या मनावर एक प्रकारची मोहक गुंगी आली होती.

विवाहित गृहस्थांनी या तंद्रीचा भंग केला. ते म्हणाले, ''बिचारा एकटा असता तर मेला नसता; पण ही बायको...''

विधुर गृहस्थ उद्गारले, ''ही साधीसुधी मास्तरीण राक्षसीण कशी झाली?''

ब्रह्मचारी आपल्या उपास्य देवतेकडे वळून म्हणाले, ''उषादेवीच याचा उलगडा करू शकतील. आधीच माणसाचं मन समुद्राहूनही खोल असतं; त्यात स्त्रीचं मन म्हणजे... कसलेल्या कथालेखिकेशिवाय कुणालाच त्याचा थांग लागायचा नाही!''

भक्ताच्या स्तुतीमुळे प्रसन्न झाल्याने असो अथवा मनुष्याचे खरे अंतरंग आपल्यालाच कळते असा लेखकांना जो अभिमान वाटत असतो त्यामुळे असो, उषादेवी म्हणाल्या, ''इतकं काही बिकट नाही हे कोडं!''

तिन्ही भक्त आश्चर्याने पाहू लागले.

हसत हसत उषाबाई उद्गारल्या, "त्या मघाच्या कवितेतच उत्तर आहे याचं!"

श्रोत्यांच्या आश्चर्याचा पारा जाकोबावादचा उन्हाळा दर्शवू लागला.

एक सुस्कारा सोडून उषाबाई बोलत्या झाल्या- "निसर्ग."

"म्हणजे?"

"पुरुष जात तेवढी खुळी! अहो, हा नवरा आजारी होता ना? त्याच्या आजारीपणात या कमलचं प्रेम दुसऱ्या पुरुषावर जडलं. तो पुरुष नवऱ्याच्या डोळ्यात सलू लागला. तेव्हा..."

तिघांनीही माना डोलावल्या.

* * *

उषाबाईंनीही आपली गोष्ट लिहून होताच ती वाचून पाहून मान डोलावली.

आतापर्यंतच्या स्वत:च्या कुठल्याही गोष्टीवर त्या इतक्या खूश झाल्या नव्हत्या.

गोष्टीतल्या नायिकेचे नाव त्यांनी कुसुम ठेवले होते; तिला मास्तरिणीच्या ऐवजी नर्स केले होते आणि तिचा नवरा कवी नसून चित्रकार आहे असे दाखविले होते. त्या नर्सचे प्रेम तिला ज्याची शुश्रूषा करावी लागते अशा एका श्रीमंत रोग्यावर बसते आणि आपल्या वाटेतला नवऱ्याचा काटा दूर करण्याकरिता ती त्याला विष घालते, असा या गोष्टीचा कथाभाग होता.

पण मनुष्य आणि दैव यांच्यात नेहमीच आट्यापाट्यांचा खेळ सुरू असतो. उषाबाईंच्या आनंदाला पहिल्याच पाटीत दैवाने पकडले. त्याला मुकाट्याने बाहेर जावे लागले.

त्या दिवशीच्या वर्तमानपत्रांनी कमल देशपांडे निर्दोष असल्याची बातमी प्रसिद्ध केली होती. कवी विश्वनाथ देशपांडे यांनी अफू खाऊन आत्महत्या केल्याचा पुरावा मिळाला होता म्हणे.

उषाबाईंना 'निसर्ग' ही कविता आठवली. त्यांच्या मनात आले- छे! एवढा आशावादी कधीही आत्महत्या करणार नाही. प्रात:कालचे सुंदर दृश्य पाहिल्याबरोबर ज्याचा आत्मा फुलत होता, तो मनुष्य अफू खाऊन जीव देईल?

छे! यात काहीतरी रहस्य असले पाहिजे.

ज्या पुरुषावर कमलचे प्रेम बसले होते, त्याने काहीतरी युक्तीने तिची सुटका केली असावी.

पण ती कोणत्या उपायाने केली असेल? विश्वनाथाने आत्महत्या केली हे खरे कशावरून? त्याची 'निसर्ग' ही कविता कोर्टाने वाचली नसावी. या न्यायाधीशांना काव्य, मानसशास्त्र काही म्हटल्या काही कळत नाही. त्यांनी नुसते पीनलकोड पाठ म्हणावे!

* * *

उषाबाई आणि त्यांचे तीन मित्र यांच्यात कमलच्या निर्दोषीपणाविषयी अशा प्रकारची कितीतरी चर्चा झाली. पण ती निर्दोषी आहे हे एकालाही पटेना.

नदीच्या पाण्यात एखादा धोंडा पडला म्हणजे मोठा आवाज होतो, क्षणभर पाण्याच्या लाटा वर उसळतात आणि पुन्हा नदीचा प्रवाह शांतपणे वाहू लागतो. कमलच्या बाबतीत समाजाचे असेच झाले होते. कमलने नवऱ्याचा खून केला या गोष्टीवर समाजाने जसा विश्वास ठेवला होता, तशी विश्वनाथने आत्महत्या केली ही गोष्टही त्याने आता खरी मानली, किंबहुना तो हे सारे विसरूनही गेला!

या प्रकरणाची राहूनराहून आठवण होई ती उषाबाईंना व त्यांच्या मित्रांना! त्या सर्वांचे एक ठाम मत झाले होते- मानसशास्त्राच्या दृष्टीने पाहिले तर हा खूनच असला पाहिजे. 'निसर्ग' या कवितेत विश्वनाथाने मनुष्याची जगण्याची तीव्र इच्छा किती सुंदर रीतीने व्यक्त केली होती! असा मनुष्य ती कविता लिहिल्यानंतर अवघ्या एका महिन्याच्या आत आत्महत्या करतो! छे! बोंडल्याने दूध पिणारे मूलसुद्धा आत्महत्येच्या या बनावट गोष्टीवर विश्वास ठेवणार नाही.

कमलविषयी उषाबाईंनी मनातल्या मनात असा निकाल दिला असल्यामुळे ती एके दिवशी संध्याकाळी त्यांच्यापुढे दत्त म्हणून उभी राहिली, तेव्हा त्या स्तंभितच झाल्या!

थोड्या वेळाने त्यांनी विचारले, ''एकटी आलीस मुंबईला?''

''एकटीच आहे मी जगात आता!''

उषाबाईंना आपल्या गोष्टीतला नर्सवर प्रेम करणारा श्रीमंत रोगी दिसू लागला. पण त्यांनी प्रश्न केला तो मात्र अगदी निराळा!

''थोरला भाऊ आहे ना तुला?''

''आहे की! पण त्याच्या मनाविरुद्ध लग्न केलं होतं मी!''

''मनाविरुद्ध? विश्वनाथ चांगले कवी होते की!''

''कविता काही गरीब मनुष्याला श्रीमंत करीत नाही. लग्न झालं त्या दिवशी दादा मला म्हणाला, 'कमल, आजपासून मी तुला मेलो नी तू मला मेलीस!''

उषाबाईंनी चुकचुक करीत म्हटले,

''माणसं किती दुष्ट असतात!''

कमल हसून म्हणाली,

''उषा, माणसांचा दुष्टपणा पुरवतो; पण...''

''पण काय?''

''सारंच सांगते तुला! मुंबईत तुझ्या ओळखीनं एखादी नोकरी मिळेल म्हणून आलेय मी. लेखिका म्हणून तू प्रसिद्ध आहेस. त्यामुळे आयता पत्ता मिळाला तुझा!''

आवंढा गिळून कमल बोलू लागली,

"सख्ख्या भावानं 'तू मला मेलीस' म्हणून सांगितलं तेव्हा मी डोळ्यातून टिपसुद्धा गाळलं नाही. माझं विश्वनाथांवर प्रेम जडलं होतं. त्यांनाही मी मनापासून हवी होते. ते गरीब असले, तरी त्यांच्या कविता किती सुंदर- मला वाटलं, साऱ्या जगानं जरी मला दूर लोटलं, तरी मी विश्वनाथांची पत्नी आहे या अभिमानावर मी आनंदानं जगेन. माझ्या वाट्याला जरी शिळी भाकरी आली, तरी त्यांच्या सहवासात ती मला अमृतापेक्षाही गोड लागेल. आमचं दोघांचंच एक सुंदर जग आम्ही निर्माण करू. त्या जगात आम्हा दोघांमध्ये कुणीही येणार नाही, पण... दोन वर्षांपूर्वी..."

कमलच्या डोळ्यांत अश्रू तरळत होते.

उषाबाईंनी विचारले-

"तुझ्यावरलं त्यांचं प्रेम नाहीसं झालं?"

डवचलेल्या नागिणीप्रमाणे मान उंच करून कमल अभिमानाने म्हणाली,

"शेवटच्या क्षणापर्यंत माझ्यावर उत्कट प्रेम होतं त्यांचं! पण उषा, मनुष्याचा खरा शत्रू मनुष्य नाही. त्याचा शत्रू निसर्ग आहे!"

"म्हणजे?"

"दोन वर्षांपूर्वी विश्वनाथांना क्षय झाला!"

"अगं बाई!"

"अगं बाई म्हणून स्तब्ध बसायची वेळ नव्हती ती. मी अधिक काम करू लागले. त्यांना विश्रांती मिळावी, डॉक्टर सांगतील ते ते उपचार करता यावेत, म्हणून शाळेत शिकवून वर शिकवण्या करीत होते मी! इतकं असून रात्री त्यांच्यापाशी बसून त्यांना काहीतरी वाचून दाखवायचं, त्यांच्या मनाला धीर द्यायचा, सारं सारं मलाच करावं लागे!"

कमल मधेच क्षणभर थांबली. उषा सहानुभूतीने आपले बोलणे ऐकत आहे असे दिसताच ती म्हणाली,

"निसर्ग हा एक आंधळा राक्षस आहे. धरणीकंपात तो हजारो इमारती जमीनदोस्त करतो. त्यातली एक एक इमारत उभारायला माणसांना किती कष्ट पडलेले असतात हे त्याला... जाऊ दे ते! निसर्गानंच माझा सूड घेतला. सहा महिन्यांपूर्वी मी आई झाले. माझं बाळ पुरते दहा दिवससुद्धा जगलं नाही. त्याच्यासाठी माझे प्राणसुद्धा मी दिले असते; पण डॉक्टर म्हणाले- 'कमळाबाई, निसर्ग पाषाणहृदयी आहे, कशानंही त्याला पाझर फुटत नाही."

"काय झालं त्या बाळाला?"

"काय व्हायचं? विश्वनाथांची आई क्षयानंच वारली होती. ते आजारी पडून दीड वर्ष झाल्यावर बाळ झालं. त्या बिचाऱ्या जिवाचा काय अपराध होता यात?"

कमलच्या डोळ्यांतून आसवे गळू लागली. उषेने मायेने तिच्या पाठीवरून हात फिरवल्यावर ती घोगऱ्या स्वराने बोलू लागली,

"विश्वनाथांचा राग आला मला त्यावेळी. पण- एक खोली हेच त्यांचं जग झालं होतं. ते लिहायवाचायला लागले की, मीच त्यांच्या हातातून पुस्तक नाही तर पेन्सिल काढून घेई आणि म्हणे- लवकर बरं व्हायचंय ना? मग स्वस्थ पडून राहा कसे!

त्यांच्याजवळ बसून मी त्यांना धीर देत असे. का कुणाला ठाऊक, मधेच ते हसत. माझं बोलणं त्यांना खरं वाटत नसावं. त्यांच्या बुद्धीची, त्यांच्या मनाची आजारानं उपासमार होत होती. त्यांच्या डोळ्यांची ती विचित्र भूक पाहिली म्हणजे मला कशाचंही भान राहत नसे. वाटे- क्षणभर का होईना, त्यांना सुख मिळू दे.

बाळ गेलं तेव्हा डॉक्टरांनी मला सारं सारं स्पष्ट सांगितलं. त्यांच्या घराण्यात क्षय होता. त्यांची प्रकृतीही दिवसेंदिवस बिघडतच होती. अशा स्थितीत पुन्हा मूल झालं तर- उषा, डॉक्टरांचे ते शब्द रात्र झाले की, माझ्या कानात घुमू लागत- 'कमळाबाई, आईबापसुद्धा मुलाचे कधीकधी वैरी होतात...'

उषा, मी दवाखान्यात औषध आणायला जाई, तिथं बाटल्यांत ठेवलेली ती अपुऱ्या दिवसांची, आईबापांच्या रोगांमुळे विद्रूप दिसणारी मुलं पाहिली की, माझं काळीज कसं धडधडू लागे!

एका पुस्तकात क्षय हा आनुवंशिक रोग नाही असं लिहिलं होतं. ते वाचून आनंद झाला मला! पण लगेच मनात आलं- विश्वनाथांच्या आईला क्षय होता. यांनाही तो झाला, तेव्हा...

मी त्यांच्यापासून दूरदूर राहू लागले. माझं त्यांच्यावरलं प्रेम रतिभरसुद्धा कमी झालं नव्हतं. त्यांच्यासाठी वाटेल ते दिव्य मी केलं असतं. पण...

त्यांच्या डोळ्यांतली भूक मला कळत होती. त्यांच्या मनाचा कोंडमारा झाला आहे हेही मला दिसत होतं. पण निसर्ग केव्हा आपला दावा साधील याचा काही नेम आहे का?

माझ्या या वागण्यानं त्यांना अधिकच त्रास होऊ लागला- ते चिडखोर बनले. ते आपल्या अंथरुणावर घुमेपणानं तळमळत पडू लागले! एके दिवशी रात्री तीन वाजले होते. एक वाजता निजल्यामुळे गाढ झोप लागली होती मला.

मी एकदम दचकून जागी झाले. ते माझ्यापाशी येऊन माझ्या केसांवरून हात फिरवीत बसले होते. त्यांची ती लाचार दृष्टी...

काही झालं तरी ते माझे होते!

त्या दिवसापासून मी थोडी अफू विकत आणू लागले. तशीच वेळ आली, एखाद्या निरपराधी जिवाला जन्म आणि मरण एकदम द्यायची पाळी आपल्यावर

येणार आहे असं वाटलं तर... माझं मन गोंधळून गेलं होतं. मी काय करीत आहे हे माझं मलाही कळत नव्हतं!

पुन्हा एकदा तसाच प्रसंग आला. त्या दिवशी हेडमास्तरीणबाई मला उगीच टाकून बोलल्या होत्या. आधीच माझं मन अस्वस्थ होतं. त्यात कशालाशी मी जुनी ट्रंक उघडली. त्यात त्या गेलेल्या बाळाचं एक अंगडं दिसलं. ते पाहून मला गुदमरल्यासारखं व्हायला लागलं. अंथरुणावर पडल्यावर बरं वाटेल म्हणून मी लवंडले. पण ते जवळ आले आणि...

त्यांना कधी टाकून बोलले नव्हते मी! पण बाळाची आठवण होऊन नाही नाही ते बोलले त्यावेळी! 'पुन्हा दुसऱ्या बाळाची आई आणि वैरीण होण्याची माझी इच्छा नाही' असेही शब्द माझ्या तोंडातून गेले. तसा प्रसंग आला तर अफू खाऊन जीव देईन. तेवढ्यासाठी मी माझ्या टेबलाच्या खणात अफू आणून ठेवली आहे हेही बोलायला मी कमी केलं नाही.

ते मुकाट्यानं निघून गेले.

त्या रात्री मला किती गाढ झोप लागली होती.

पहाटे उठले तो ते बेशुद्ध झाले होते. त्यांच्या तोंडातून विचित्र आवाज येत होता- मी आणून ठेवलेली अफू त्यांनी खाल्ली होती!''

त्या प्रसंगाचा चित्रपटच कमलच्या डोळ्यांपुढून जात असावा! तिने उषेकडे वेड्यासारखे पाहिले.

उषाबाई कापऱ्या स्वराने म्हणाल्या-

''तुझ्यावर किती भयंकर आरोप आला होता तो!''

''त्यांच्या डायरीनं मला वाचवलं!''

''डायरीनं?''

''हो! पहिल्यांदा अगदी गोंधळून गेले होते मी! मग एकदम आठवण झाली. ते दररोज डायरी लिहीत असत. त्यांच्या हातचं ते शेवटचं पान...''

''काय लिहिलं होतं त्यात?''

''एका जागेवर पडून राहिल्यामुळे मी एकटीच त्यांच्याभोवती वावरत असल्यामुळे आपल्या मनाला क्षणिक शरीरसुखाचा एकच एक मोह कसा होत होता हे त्यांनी अगदी रक्तानं लिहिलं होतं!''

''आणि पुढं?''

''पुढं? त्यांचेच शब्द सांगते तुला- 'मी कवी म्हणून निसर्गाची अनेकदा सुंदर वर्णनं केली आहेत. पण आजारी पडल्यावर मला कळून चुकलं की, निसर्ग जितका सुंदर आहे तितकाच क्रूर आहे! त्याच्या क्रूरपणाचा अनुभव मला पुरेपूर आला आहे. कमललाही त्याची झळ पोहोचली आहे. त्याचा क्रूरपणा आणि माझ्या कोंडलेल्या

मनाचा दुबळेपणा- या दोन्हीच्या कात्रीत तिच्या हृदयाच्या चिंधड्या होण्याचा संभव आहे. त्या होऊ नयेत म्हणून मी अफू खाऊन...''

कमलच्या डोळ्यांतून अश्रु वाहू लागले होते; पण उषेने टेबलावरले काही कागद उचलून ते फाडून टाकले, एवढे तिला दिसलेच!

www.ingramcontent.com/pod-product-compliance
Lightning Source LLC
LaVergne TN
LVHW020004230825
819400LV00033B/988

* 9 7 8 8 1 7 1 6 1 6 4 0 4 *